പരിണാമവാദം

parinamavadam

•

dr. g anilkumar

•

first edition
march 2010

•

second edition
january 2013

•

typesetting
megha

•

published
chintha publishers, thiruvananthapuram

•

•

cover
black mole

•

വിതരണം

ദേശാഭിമാനി ബുക്ക് ഹൗസ്

H O തിരുവനന്തപുരം-695 035
www.chinthapublishers.com
chinthapublishers@gmail.com

ബ്രാഞ്ചുകൾ

ഹെഡ്ഡാഫീസ് ബ്രാഞ്ച് കുന്നുകുഴി • ഓവർബ്രിഡ്ജ് തിരുവനന്തപുരം • കെ എസ് ആർ ടി സി ബസ് സ്റ്റേഷൻ ആലപ്പുഴ • കെ എസ് ആർ ടി സി ബസ് സ്റ്റേഷൻ എറണാകുളം • ഐ ജി റോഡ് കോഴിക്കോട് • കെ എസ് ആർ ടി സി ബസ് സ്റ്റേഷൻ കോഴിക്കോട് • എൻ ജി ഒ യൂണിയൻ ബിൽഡിങ് കണ്ണൂർ • സെൻട്രൽ ബസ് ടെർമിനൽ കോംപ്ലക്സ് താവക്കര കണ്ണൂർ

CR - VV.69 / 1212 / 3019
ISBn - 978-93-82808-19-0

പരിണാമവാദം

ഡോ. ജി അനിൽകുമാർ

ചിന്ത പബ്ലിഷേഴ്സ്
തിരുവനന്തപുരം-695 035

ഡോ. ജി അനിൽകുമാർ

വെല്ലൂരിലെ വി ഐ ടി യൂണിവേഴ്സിറ്റിയിൽ ബയോ ടെക്നോളജി വിഭാഗം പ്രൊഫസർ.

ഇന്ത്യാ ഗവൺമെന്റിന്റെ ഡിപ്പാർട്ട്മെന്റ് ഓഫ് ബയോടെക്നോളജിയുടെ ഫെലോ എന്ന നിലയിൽ അമേരിക്കയിലെ ഒക്ലഹോമ യൂണിവേഴ്സിറ്റിയിൽ ബയോടെക്നോളജി രംഗത്ത് പ്രവർത്തിച്ചു. ഫ്രാൻസ്, ചൈന, അമേരിക്ക, ബെൽജിയം, അയർലാൻഡ് എന്നീ രാജ്യങ്ങളിൽ അന്താരാഷ്ട്ര സെമിനാറുകളിൽ പ്രബന്ധങ്ങൾ അവതരിപ്പിച്ചു.

2009 നവംബറിൽ ചൈനയിൽ നടന്ന അന്താരാഷ്ട്ര സെമിനാറിൽ അധ്യക്ഷത വഹിച്ചു. പോളണ്ടിലെ ഗ്ഡാൻസ്ക് സർവകലാശാലയിൽ വിസിറ്റിങ് ഫെലോ ആയി പ്രവർത്തിച്ചിട്ടുണ്ട്. 2002 ലെ പ്രൊഫ. ശിവപ്രസാദ് ഫൗണ്ടേഷൻ അവാർഡ്, 2005 ലെ സെന്റ് ബർക്കുമാൻസ് അവാർഡ്, 2006 ലെ പി കെ രാജൻ മെമ്മോറിയൽ എക്സലൻസ് അവാർഡ് എന്നിവ നേടിയ അംഗീകാരങ്ങളിൽ ചിലത്.

സ്റ്റോക്ക്ഹോം ആസ്ഥാനമായി പ്രവർത്തിക്കുന്ന ഇന്റർനാഷണൽ ഫൗണ്ടേഷൻ ഓഫ് സയൻസിന്റെ ശാസ്ത്രോപദേഷ്ടാവ്. കണ്ണൂർ ശ്രീ നാരായണ കോളേജിൽ അധ്യാപകനായിരുന്നു.

ഉള്ളടക്കം

1

ജീവപരിണാമം

പരിണാമം എന്നാൽ എന്ത്?

'**പ**രിണാമം' എന്ന വാക്കിന്റെ അർഥം 'മാറ്റം' എന്നാണല്ലോ. എങ്കിലും ജീവശാസ്ത്രത്തിന്റെ പശ്ചാത്തലത്തിൽ 'പരിണാമം' എന്ന വാക്ക് അൽപ്പംകൂടി വിപുലമായ ഒരു ആശയത്തെ പ്രതിനിധാനം ചെയ്യുന്നു. ജീവജാലങ്ങളുടെ ഘടനയിൽ അത് ബാഹ്യമോ ആന്തരികമോ ആവാം - സംഭവിക്കുന്ന മാറ്റത്തിന് പരിണാമം എന്ന് വിവക്ഷ (ഘടനയിലുള്ളത്). ഇത്തരം മാറ്റങ്ങൾ പെട്ടെന്നുണ്ടാവുന്നതാണോ എന്ന് ന്യായമായും സംശയിക്കാം; അല്ലേ, അല്ല. പതിനായിരക്കണക്കിനെന്നല്ല, ലക്ഷക്കണക്കിനോ കോടിക്കണക്കിനോ വർഷങ്ങൾകൊണ്ട്, വളരെ പതുക്കെ പതുക്കെ മാത്രം സംഭവിച്ചതത്രെ ഈ മാറ്റങ്ങളിൽ ഏറിയവയും. അങ്ങനെയാണെങ്കിൽ, ചുരുങ്ങിയ കാലംകൊണ്ട്, അഥവാ ഒരു മനുഷ്യായുസിനുള്ളിൽ ദർശിക്കാവുന്ന മാറ്റങ്ങളുണ്ടോ? (അപൂർവമായിട്ടാണെങ്കിലും) ഉണ്ടെന്നുതന്നെയാണ് ഉത്തരം. ഇംഗ്ലണ്ടിൽ കാണപ്പെടുന്ന ബിസ്റ്റൺ ബെറ്റുലേറിയ (Biston betularia) എന്ന ഒരുതരം ശലഭങ്ങളിൽ (Moth) അൻപത് വർഷത്തിനിടയ്ക്ക് ഉണ്ടായ മാറ്റം പരിണാമപ്രക്രിയയുടെ ഒരു മികച്ച ഉദാഹരണമായി കണക്കാക്കപ്പെടുന്നു. പ്രസ്തുത ശലഭക്കൂട്ടത്തിൽ കറുപ്പുനിറമുള്ളതോ ചാരനിറമുള്ളതോ ആയി രണ്ടിനങ്ങളാണ് കണ്ടുവന്നിരുന്നത്. 1848-ാം ആണ്ടിൽ കറുത്തനിറ

ബിസ്റ്റൺ ബെറ്റുലേറിയ

മുള്ളവ ചാരനിറമുള്ള ശലഭങ്ങളെ അപേക്ഷിച്ച് എണ്ണത്തിൽ നന്നേ കുറവായിരുന്നു- കേവലം രണ്ടുശതമാനം (2%) മാത്രം. അൻപതു വർഷത്തിനുശേഷം, 1898-ാം ആണ്ടായപ്പോഴേക്ക്, വ്യവസായവൽകൃതപ്രദേശങ്ങളിൽ (ഉദാ: മാഞ്ചെസ്റ്റർ എന്ന സ്ഥലത്ത്) ശലഭങ്ങളിൽ ഏറിയ പങ്കും (ഏകദേശം 95%) കറുപ്പുനിറമുള്ളവ! ബ്രിട്ടീഷ് ശാസ്ത്രജ്ഞനായ കെറ്റിൽവെൽ നടത്തിയ ഈ കണ്ടെത്തലിനുശേഷം ഏതാണ്ട് ഒരു നൂറ്റാണ്ട് പിന്നിട്ടപ്പോഴാണ് പ്രസ്തുത നിറംമാറ്റത്തിന്റെ യഥാർഥചിത്രം വ്യക്തമായത്-ശലഭം കറുത്തതോ വെളുത്തതോ എന്ന് തീർച്ചയാക്കുന്നതിനുത്തരവാദികൾ ഒരുജോഡി ജീനുകൾ! പരിസ്ഥിതിയുടെ സ്വാധീനം മൂലം (ഈ പ്രക്രിയ പിന്നീട് വിശദീകരിക്കുന്നതാണ്) കറുപ്പുനിറത്തിന് കാരണമായ ജീൻ കൂടുതൽ വ്യാപകമാവുകയും, ചാരനിറത്തിന് കാരണമായവ ക്രമേണ അപ്രസക്തമാവുകയും തദ്വാരാ അപ്രത്യക്ഷമാവുകയുമാണുണ്ടായത്.

ഇത്രയും ഹ്രസ്വമായ കാലയളവിൽ സംഭവിച്ച ഈ മാറ്റം 'ചെറിയ തോതിലുള്ള പരിണാമം' ആയി കണക്കാക്കപ്പെടുന്നു. 'മൈക്രോ ഇവല്യൂഷൻ' എന്ന പേരിലറിയപ്പെടുന്ന ഇത്തരം പരിണാമപ്രക്രിയയെക്കുറിച്ച് വളരെയധികം പഠനങ്ങൾ നടക്കുകയും അവയുടെ യഥാർഥ കാരണം കണ്ടെത്തുകയും ചെയ്തിട്ടുണ്ട്. ഒരു നീണ്ട കാലയളവാകുമ്പോഴേക്കും (അത് ലക്ഷക്കണക്കിന് വർഷങ്ങളാവും) മൈക്രോ ഇവല്യൂഷനുകൾ ഒന്നിച്ചുചേരുകയും വലിയ മാറ്റങ്ങൾ അഥവാ 'മാക്രോ ഇവല്യൂഷൻ' ആയി പരിണമിക്കുന്നതിന് കാരണമാവുകയും ചെയ്യുന്നു. പുതിയ സ്പീഷീസുകൾ അഥവാ ജീവജാലങ്ങളിലെ പുതിയ 'വർഗങ്ങൾ' ഉടലെടുക്കുന്നത് ഇത്തരം മാക്രോ ഇവല്യൂഷനുകളിലൂടെയാണെന്ന് പറയാം. ലക്ഷക്കണക്കിന് വർഷങ്ങൾകൊണ്ട് സംഭവിക്കുന്നതാകയാൽ മാക്രോ ഇവല്യൂഷൻ എന്ന പ്രക്രിയയ്ക്ക് ഒരു മനുഷ്യായുസുകൊണ്ട് സാക്ഷ്യം വഹിക്കുവാൻ നമുക്കാവില്ല. ഇക്കാരണംകൊണ്ടുതന്നെ പരിണാമ പ്രക്രിയയെക്കുറിച്ചുള്ള പഠനം നമുക്ക് ഏറെ ദുഷ്കരമാവുന്നു എന്നുമാത്രമല്ല പരിണാമസിദ്ധാന്തം എല്ലായ്പ്പോഴും വിമർശനവിധേയമാവുകയും ചെയ്യുന്നു.

ഇന്നു നാം കാണുന്ന വിവിധതരം സസ്യങ്ങൾ, ജന്തുക്കൾ എന്നിവ മുൻപുണ്ടായിരുന്നവയിൽനിന്ന് പരിണമിച്ചുണ്ടായതാണെന്നത് പരിണാമസിദ്ധാന്തം. ഇതുപ്രകാരം മനുഷ്യനും പരിണമിച്ചുണ്ടായതാവണമല്ലൊ. അങ്ങനെയാണെങ്കിൽ, നാം ആരിൽനിന്നും, അഥവാ ഏതിൽനിന്നും പരിണമിച്ചു എന്ന ചോദ്യം തികച്ചും സ്വാഭാവികം മാത്രം. (ആൾ) കുരങ്ങിൽനിന്നും അഥവാ കുരങ്ങനോട് സാദൃശ്യമുള്ള ജീവിയിൽനിന്നും പരിണമിച്ചാണ് മനുഷ്യനുണ്ടായതെന്ന് ശാസ്ത്രപഠനങ്ങൾ സൂചിപ്പിക്കുന്നു. കുരങ്ങിൽനിന്ന് പരിണമിച്ചാണ് മനുഷ്യനുണ്ടായതെങ്കിൽ മറ്റൊരു ചോദ്യംകൂടി — ഇപ്പോഴും കുരങ്ങിൽനിന്നും മനുഷ്യനുണ്ടാവുന്നുണ്ടോ? ഇല്ലെങ്കിൽ എന്തുകൊണ്ട്? പരിണാമം എന്നത് മനുഷ്യനിലോ

കുരങ്ങിലോ മാത്രം ഒതുങ്ങിനിൽക്കുന്ന ഒരു പ്രതിഭാസമല്ല. മറിച്ച്, എല്ലാ ജീവജാലങ്ങളേയും ഒരുപോലെ സ്വാധീനിക്കുന്ന ഒന്നത്രെ. അങ്ങനെ വരുമ്പോൾ, 'പ്രാചീനമനുഷ്യൻ' എന്നതുപോലെ 'പ്രാചീനകുരങ്ങും' ഉണ്ടായിരുന്നു എന്നുവേണം കരുതാൻ. ഇക്കൂട്ടർക്ക് പൊതുവായി ഒരു 'മുതുമുത്തച്ഛൻ' അഥവാ 'മുൻഗാമി' ഉണ്ടായിരുന്നുവെന്ന് തെളിവുകൾ സൂചിപ്പിക്കുന്നു. ആയതിനാൽ ആധുനിക മനുഷ്യനും ആധുനിക കുരങ്ങും തമ്മിലുള്ള 'പരിണാമദൂരം' അഥവാ Evolutionary Distance വളരെ കൂടുതലാണെന്ന് പറയേണ്ടിയിരിക്കുന്നു. അതായത് ഇന്നു നാം കാണുന്ന മനുഷ്യന്റെയും കുരങ്ങിന്റെയും ജനിതകഘടനകൾ തമ്മിൽ വലിയ അന്തരമുണ്ടെന്ന് സാരം. ഇക്കാരണത്താൽ (ആധുനിക) കുരങ്ങിൽനിന്നും (ആധുനിക) മനുഷ്യൻ പൊടുന്നനെ പരിണമിച്ചുണ്ടാവുന്നതിനുള്ള സാധ്യതയില്ലെന്നുതന്നെ പറയാം. എന്നിരിക്കിലും മനുഷ്യനും കുരങ്ങിനുംകൂടി പൊതുവായി ഒരു മുൻഗാമി ഉണ്ടായിരുന്നു എന്ന് നാം സമ്മതിക്കേണ്ടതായിവരും. ഇത്തരത്തിലുള്ള ഒരു മുൻഗാമി – പിൻഗാമി ബന്ധം പരിണാമപ്രക്രിയയിലുടനീളം നമുക്ക് കാണാൻ കഴിയും. 'മുൻഗാമികൾ' ആയി എത്രതരം സ്പീഷീസുകൾ, അഥവാ 'പിൻഗാമി'കളായി എത്ര സ്പീഷീസുകൾ ഉണ്ടായിരുന്നിരിക്കണം; എണ്ണിയാലൊടുങ്ങാത്തത്ര എന്നുവേണം കരുതാൻ – ഏകദേശം 200 കോടി എന്ന് കണക്കാക്കപ്പെടുന്നു. അവയിലേറിയപങ്കും ഈ കാലയളവിൽ അപ്രത്യക്ഷമാവുകയുണ്ടായി, ചെറിയ ഒരംശത്തെ മാത്രം ബാക്കിനിർത്തിയിട്ട്- ഏകദേശം 20 ലക്ഷത്തോളം സ്പീഷീസുകൾ ഇന്ന് ഭൂമിയിൽ ഉണ്ടെന്ന് കരുതപ്പെടുന്നു. ഇന്നു നാം ഭൂമിയിൽ കാണുന്ന പലതരം ജീവികൾ- ബാക്ടീരിയ മുതൽ മനുഷ്യൻവരെ – ഇവയെല്ലാം അവയുടെ 'മുൻഗാമി'കളിൽനിന്നും പരിണമിച്ചുണ്ടായതത്രെ.

മേൽപ്രസ്താവിച്ചത് പരിണാമപ്രക്രിയയുടെ ഉപരിപ്ലവമായ ഒരു രൂപംമാത്രം. വിശദവും ബഹുമുഖവുമായ ഒരു പഠനത്തിലൂടെ മാത്രമെ പരിണാമമെന്ന പ്രതിഭാസത്തെ ഉൾക്കൊള്ളുവാനും, മറ്റൊരാളെ പറഞ്ഞ് ബോധ്യപ്പെടുത്തുവാനും നമുക്ക് സാധിക്കൂ. ആധുനിക ശാസ്ത്രോപകരണങ്ങളുടെ സഹായത്താൽ പരിണാമപ്രക്രിയയുടെ ഓരോ വശവും നമുക്ക് നിർവചനാധീനമായിട്ടുണ്ട്. ജീവശാസ്ത്രത്തിന്റെ നൂതനശാഖയെ തന്മാത്രാജീവശാസ്ത്രം (Molecular Biology) ത്തിന്റെ ആഗമനത്തോടുകൂടി, പരിണാമപ്രക്രിയയുടെ ഓരോ കണികയും വേർതിരിച്ച പഗ്രഥിക്കുവാൻ നമുക്ക് സാധ്യമായിട്ടുണ്ട്. ഇതെങ്ങനെയെന്ന് വിശദീകരിക്കുകയാണ് ഇനിയുള്ള താളുകളിൽ.

പരിണാമമെന്ന പ്രക്രിയയെക്കുറിച്ചുള്ള ചിന്തകൾ എന്നുമുതൽക്കാണ് പ്രബലപ്പെട്ടുവന്നതെന്ന് കൃത്യമായി പറയുവാൻ പ്രയാസം. ചരിത്രാതീതകാലം മുതൽക്കുതന്നെ ചിലരെങ്കിലും പരിണാമമെന്ന ഒരു സാധ്യതയെക്കുറിച്ച്, അതിന്റെ പ്രാകൃതരൂപത്തിലെങ്കിലും ചിന്തിച്ചിട്ടുണ്ടാവണം. അനക്സിമാന്റർ, ക്സിനോഫേനസ്, എംപഡോക്ലസ്

അനക്സിമാന്റർ

എന്നുതുടങ്ങിയ ചില ഗ്രീക്ക് ചിന്തകർ പരിണാമത്തിന്റെ സാധ്യതയെക്കുറിച്ച് പ്രതിപാദിച്ചിട്ടുള്ളതായി കാണാം. മനുഷ്യർ ആദ്യം മത്സ്യങ്ങളായി ജനിക്കുകയും പിന്നീട് തുടർച്ചയായ 'തോലുരലി'നുശേഷം ഇന്നത്തെ രൂപം പ്രാപിക്കുകയും ചെയ്തു എന്ന് അനക്സിമാന്റർ രേഖപ്പെടുത്തിയിരുന്നു. ഏകദേശം ഇതേ കാലയളവിൽ ജീവിച്ചിരുന്ന ക്സിനോഫേനസ് 'ഫോസിലു'കളുടെ പ്രാധാന്യത്തെക്കുറിച്ച് സൂചനകൾ നൽകിയിരുന്നതായി ചരിത്രരേഖകൾ സാക്ഷ്യപ്പെടുത്തുന്നു. പാറകളിൽ അമർന്നുകിടക്കുന്ന കക്കത്തോടുകൾ (shells) മുൻകാലങ്ങളിലുണ്ടായിരുന്ന ജീവികളെക്കുറിച്ച് സ്ഥായിയായ തെളിവുകൾ നമുക്കു നൽകുമെന്ന് ക്സിനോഫേനസ് അക്കാലത്തുതന്നെ ദർശിച്ചിരുന്നു. ആദ്യം സസ്യങ്ങളും, അവയ്ക്കുശേഷം ജന്തുക്കളും എന്ന രീതിയിലാണ് ഈ ഭൂമിയിൽ ജീവജാലങ്ങൾ ഉടലെടുത്തത് എന്ന് എംപഡോക്ലസ് എന്ന ഗ്രീക്ക് തത്വചിന്തകൻ വിശ്വസിച്ചിരുന്നു.

പ്രപഞ്ചത്തെക്കുറിച്ച് അൽപ്പം:

പരിണാമം എന്ന പ്രക്രിയ മനുഷ്യനിലോ കുരങ്ങിലോ മാത്രം ഒതുങ്ങിനിൽക്കുന്ന ഒന്നല്ല എന്ന് ഇതിനുമുൻപ് സൂചിപ്പിച്ചുവല്ലോ. എല്ലാതരം ജീവികളെയും ജീവനില്ലാത്തവയെയും സ്വാധീനിച്ചിട്ടുള്ള- സ്വാധീനിച്ചുകൊണ്ടിരിക്കുന്ന ഒരു പ്രക്രിയയോ പ്രതിഭാസമോ ആണ് പരിണാമം. അങ്ങനെയായിരിക്കെ നമ്മുടെ ഗൃഹമായ ഭൂമി എന്ന ഗ്രഹവും മറ്റു ഗ്രഹങ്ങളും സൂര്യനും മറ്റു നക്ഷത്രങ്ങളുമെല്ലാം നേരിയതോതിലെങ്കിലും ഇവിടെ ചർച്ചാവിഷയമാവേണ്ടതുണ്ട്. മനുഷ്യന് ചിന്താശക്തിയുള്ള കാലംമുതൽ ജീവോൽപ്പത്തിയെക്കുറിച്ചും പ്രപഞ്ചോൽപ്പത്തിയെക്കുറിച്ചുതന്നെയും, ചിന്തിച്ചുതുടങ്ങിയിരിക്കണം. യാഥാർഥ്യത്തെക്കുറിച്ച് അറിയുവാനുള്ള അതീവമായ വാഞ്ഛയാണ് മനുഷ്യനെ വിജ്ഞാനത്തിന്റെ ചവിട്ടുപടിയിലേക്ക് ആനയിച്ചതും വിജ്ഞാനസ്ഫോടനത്തിലേക്ക് വഴിവെച്ചതും. സത്യത്തിന്റെ പ്രഭതൂകുന്ന ഈ വിജ്ഞാനമണ്ഡലത്തിൽ മനുഷ്യൻ എത്തിച്ചേർന്നത് ഗാഢമായ ചിന്തകളിലൂടെയും കഠിനാധ്വാനത്തിലൂടെയും ആണെന്നത് നാം ഓർക്കേണ്ടുന്ന വസ്തുതയാണ്. ഈ പ്രയാണത്തിൽ, അതതു കാലങ്ങളിൽ നടമാടിയിരുന്ന സാമൂഹിക ചിന്തകളും വിശ്വാസങ്ങളും മനുഷ്യമനസിനെ സ്വാധീനിച്ചിരുന്നതായി കാണാം. പ്രപഞ്ചത്തെക്കുറിച്ചും ജീവോൽപ്പത്തിയെക്കുറിച്ചും മാനവൻ

നടത്തിയ സത്യാന്വേഷണങ്ങളും, ഇത്തരം ചിന്തകൾകൊണ്ടോ (അന്ധ) വിശ്വാസങ്ങൾകൊണ്ടോ വ്യതിചലിക്കപ്പെട്ടതായി കാണാം. ആദിമകാല ചിന്തകർ ഭൂമിയെ പ്രപഞ്ചത്തിന്റെ കേന്ദ്രബിന്ദുവായി കണക്കാക്കിയിരുന്നത് (Geocentric Theory) ഇത്തരം ഒരു സാഹചര്യത്തിലാണെന്നുവേണം കരുതാൻ. നൂറ്റാണ്ടുകൾക്കുശേഷം (1540കളിൽ) പോളണ്ടിലെ ശാസ്ത്രജ്ഞനായ നിക്കോളാസ് കോപ്പർനിക്കസ്, ഭൂമിയല്ല മറിച്ച് സൂര്യനാണ് പ്രപഞ്ചത്തിന്റെ കേന്ദ്രബിന്ദു എന്ന് വാദിച്ചു (Heliocentric Theory). അങ്ങനെ ജിയോസെൻട്രിക് തിയറി ഹീലിയോസെൻട്രിക് തിയറിക്ക് വഴിമാറിക്കൊടുത്തു. സൂര്യൻ പ്രപഞ്ചത്തിന്റെ കേന്ദ്രബിന്ദുവല്ല എന്ന യാഥാർഥ്യം മനുഷ്യരാശിക്ക് മനസിലായത് ഇരുപതാംനൂറ്റാണ്ടിന്റെ ആരംഭത്തിൽ - കൃത്യമായി പറഞ്ഞാൽ 1918 ൽ മാത്രമാണ്, ഹാർലോഷാവ്ലി എന്ന ശാസ്ത്രജ്ഞനിലൂടെ. ഇതിനോടനുബന്ധിച്ച് പ്രപഞ്ചത്തെക്കുറിച്ച് കൂടുതൽ ഉദ്വേഗം നിറഞ്ഞ വസ്തുതകൾ ലോകം അറിയുകയുണ്ടായി - സൂര്യനോളം തന്നെ, ഒരുപക്ഷേ അതിലേറെ വലിപ്പമുള്ളതോ ആയ അനേകായിരം നക്ഷത്രങ്ങൾ ഒത്തുചേർന്ന നക്ഷത്രസമൂഹങ്ങൾ അഥവാ ഗാലക്സികൾ — പല ഗാലക്സികൾ ഒത്തുചേർന്ന സൂപ്പർസമൂഹങ്ങൾ അഥവാ സൂപ്പർ ക്ലസ്റ്ററുകൾ — എന്നിങ്ങനെ പോകുന്നു പ്രപഞ്ചത്തിന്റെ അനന്തമായ വ്യാപ്തി! കോടാനുകോടി നക്ഷത്രസമൂഹങ്ങളിൽ ഒന്നുമാത്രമായ സൂര്യന്റെ പല ഗ്രഹങ്ങളിലൊന്നായ ഭൂമിയിൽ വസിക്കുന്ന നാം! സൂര്യന്റെ 'തൊട്ടടുത്ത്' സ്ഥിതികൊള്ളുന്ന നക്ഷത്രത്തിലേക്കുള്ള ദൂരം ഏതാണ്ട് രണ്ടു പ്രകാശവർഷങ്ങൾ! 'ആകാശഗംഗ' അഥവാ മിൽക്കിവേ എന്ന നക്ഷത്രസമൂഹത്തിൽ (Galaxy) സൂര്യനോടൊപ്പം വസിക്കുന്നത് ഏകദേശം പതിനായിരം കോടി നക്ഷത്രങ്ങൾ!

ഭൗമോൽപ്പത്തിയും ജീവോൽപ്പത്തിയും:

ഒരു പ്രത്യേകതരത്തിലുള്ള സ്ഫോടനത്തോടുകൂടിയായിരുന്നു പ്രപഞ്ചത്തിന്റെ ഉൽപ്പത്തി എന്നത്രെ ഏറ്റവും കൂടുതൽ അംഗീകാരം നേടിയിട്ടുള്ള ബിഗ് ബാങ് സിദ്ധാന്തം സൂചിപ്പിക്കുന്നത്. സൂര്യൻ ഇന്ന് നാം കാണുന്ന രീതിയിൽ ജ്വലിച്ചുതുടങ്ങിയിട്ട് ഏകദേശം 500 കോടി വർഷങ്ങളായി എന്നു കണക്കാക്കപ്പെടുന്നു. സെക്കന്റൊന്നിന് 40 കോടി ടൺ ഹൈഡ്രജൻ 'ഹീലിയ'മെന്ന മൂലകമായി മാറുമ്പോഴുണ്ടാവുന്ന ഊർജമാണ് ജ്വലിക്കുന്ന സൂര്യന്റെ കൈമുതൽ. ഈ തോതിൽ ഏതാണ്ടിനി 500 കോടി വർഷങ്ങളുടെ ആയുസുകൂടി സൂര്യന് ബാക്കിയുണ്ടെന്നാണ് കരുതപ്പെടുന്നത്. ഭൂമി ഉടലെടുത്തിട്ട് ഏകദേശം 450 കോടി വർഷങ്ങളായിക്കാണും. ജന്മമെടുത്തതുമുതൽ കാര്യമായ മാറ്റങ്ങൾക്ക് ഭൂമി വിധേയയായി തുടങ്ങിയിരുന്നു. ആദ്യകോടി വർഷങ്ങളിൽ മുഖ്യമായും വാതകരൂപത്തിൽ നിലകൊണ്ട ഈ ഗ്രഹം, ക്രമേണ തണുത്ത് ദ്രവരൂപത്തിലും, പിന്നീട് ഖരരൂപത്തിൽ കരയും ദ്രവരൂപത്തിൽ ജലാശയങ്ങളായും രൂപാന്തരപ്പെട്ടു. (ഏതാണ്ട് 20 കോടി വർഷങ്ങൾക്ക് മുൻപുണ്ടായ

ഒരു വലിയ ചലനത്തിന്റെ ഭാഗമായി, ഇന്നത്തെ ഇന്ത്യയടക്കമുള്ള ഒരു വലിയ ഭൂവിഭാഗം ആഫ്രിക്കൻവൻകരയിൽനിന്ന് വേർപെട്ട്, ഏഷ്യൻ വൻകരയുടെ തെക്കേഭാഗത്ത് സന്ധിച്ചു എന്നും തെളിവുകൾ സൂചിപ്പിക്കുന്നു. ശക്തിയേറിയ ഈ കൂട്ടിമുട്ടലിന്റെ ആക്കത്തിൽ ഉയർന്നു പൊങ്ങിയതത്രെ ഇന്നത്തെ ഹിമാലയം!) ഭീമാകാരമായ ഇത്തരം മാറ്റങ്ങൾ ഭൂമുഖത്ത് സംഭവിച്ചുകൊണ്ടിരിക്കുമ്പോൾത്തന്നെ (ഏകദേശം 400 കോടി വർഷങ്ങൾക്കുമുൻപ്) മറ്റൊരു വലിയ തുടർസംഭവത്തിന് ഈ ഗോളം സാക്ഷ്യംവഹിക്കുന്നുണ്ടായിരുന്നു. ജീവോൽപ്പത്തി എന്ന പ്രതിഭാസമായിരുന്നു അത്. ജീവന്റെ സ്പന്ദനം ആദ്യമായുണ്ടായതെങ്ങനെ? അതിന്റെ ഹേതു എന്ത്? മനുഷ്യനെ എക്കാലവും കുഴക്കിയ, അതേസമയം ത്രസിപ്പിച്ച ചോദ്യങ്ങളാണിവ. ആയതിനാൽ ശാസ്ത്രതത്വങ്ങളിലൂടെ, പരീക്ഷണങ്ങളിലൂടെ, യാഥാർഥ്യത്തെ സ്വാംശീകരിക്കുന്നതിനു മുൻപു തന്നെ മാനവൻ ജീവോൽപ്പത്തിയുടെ നിഗൂഢത തേടിയുള്ള തന്റെ യാത്ര ആരംഭിച്ചിരുന്നു. വ്യത്യസ്തകാലങ്ങളിൽ വ്യത്യസ്തങ്ങളായ ദിശകളിൽ തുടങ്ങിയ ഇത്തരം അന്വേഷണങ്ങൾ മനുഷ്യനെ വിഭിന്നങ്ങളായ അനുമാനങ്ങളിൽ കൊണ്ടുചെന്ന് എത്തിക്കുകയുണ്ടായി.

2

ജീവോൽപ്പത്തിയെക്കുറിച്ചുള്ള ആദ്യകാലചിന്തകൾ

പൊടുന്നനെയുള്ള ജീവോൽപ്പത്തി സിദ്ധാന്തം (Spontaneous Generation Theory)

പഴകിയ പഴത്തിൽനിന്നും പുഴുക്കളുണ്ടാവുമോ? ചെളിയിൽനിന്ന് മത്സ്യങ്ങളുണ്ടാവുമോ? മാളങ്ങളിൽനിന്ന് മണ്ഡൂകം ഉണ്ടാവുമോ? ഇതെല്ലാം സംഭവ്യമാണെന്നായിരുന്നു ആദി മനുഷ്യന്റെ മതം. ശൂന്യതയിൽ നിന്നോ ജീവനില്ലാത്ത വസ്തുക്കളിൽനിന്നോ പൊടുന്നനെ ജീവനുള്ള വസ്തുക്കൾ ഉത്ഭവിക്കാമെന്ന് ആദ്യകാലങ്ങളിൽ വലിയൊരു വിഭാഗം ജനങ്ങളും; - ശാസ്ത്രജ്ഞർപോലും വിശ്വസിച്ചു. പഴയകാല ശാസ്ത്രജ്ഞരിൽ അഗ്രഗണ്യൻ എന്ന് വിശേഷിപ്പിക്കപ്പെടുന്ന അരിസ്റ്റോട്ടിൽ ഉൾപ്പെടെയുള്ളവർ ഈ സിദ്ധാന്തത്തിന്റെ വക്താക്കൾ മാത്രമായിരുന്നില്ല, ഈ സിദ്ധാന്തം അടിച്ചേൽപ്പിക്കുന്നതിൽ പ്രധാനികളുമായിരുന്നു എന്നറിയുമ്പോൾ നാം മൂക്കത്ത് വിരൽവെച്ചുപോകും. ഏതാണ്ട് 2000 വർഷങ്ങളോളം 'പൊടുന്നനെയുള്ള ജീവോൽപ്പത്തി' സിദ്ധാന്തം ചോദ്യം ചെയ്യപ്പെടാതെ നിലകൊണ്ടു - 1860കളിൽ ഫ്രഞ്ച് ശാസ്ത്രജ്ഞനായ ലൂയിപാസ്റ്റർ തന്റെ പരീക്ഷണങ്ങളിലൂടെ പ്രസ്തുത സിദ്ധാന്തം തെറ്റാണെന്ന് തെളിയിക്കുന്നതുവരെ. നിരവധി ശാസ്ത്രജ്ഞരെ സാക്ഷിനിർത്തിക്കൊണ്ട് ലൂ

ലൂയിപാസ്റ്റർ

യിപാസ്റ്റർ 'പൊടുന്നനെ ഉള്ള ജീവോൽപ്പത്തി' സിദ്ധാന്തത്തെ അസാധുവാക്കിക്കൊണ്ടുള്ള പരീക്ഷണം നടത്തിയത് ഇങ്ങനെ: അദ്ദേഹത്തിന്റെ പക്കലുണ്ടായിരുന്ന, പ്രത്യേകാകൃതിയിലുള്ള ഒരുജോഡി സ്ഫടിക ഫ്ളാസ്കുകളാണ് ഈ ഉദ്യമത്തിനായി ഉപയോഗിക്കപ്പെട്ടത്. രണ്ടിനും ഒരേ ആകൃതിയും വലിപ്പവും. പഞ്ചസാരയും ഈസ്റ്റും അടങ്ങിയ മിശ്രിതം ലായനിയാക്കി രണ്ടു ഫ്ളാസ്കിലും ഏകദേശം പകുതിയോളം, ഒരേയളവിൽ, ഒഴിച്ചശേഷം നന്നായി ചൂടാക്കി. ഈസ്റ്റടക്കം എല്ലാ കോശങ്ങളും നശിക്കത്തക്ക കാഠിന്യമുണ്ടായിരുന്നു ആ ചൂടാക്കലിന്. രണ്ടിലൊരു ഫ്ളാസ്കിന്റെ വായ്ഭാഗം വായു കടക്കാത്ത രീതിയിൽ ഭദ്രമായി അടച്ചു (അഥവാ സീൽ ചെയ്തു). മറ്റേ ഫ്ളാസ്കിന്റെ വായ്ഭാഗം തുറന്നുതന്നെവെച്ചു. ഏതാനും ദിവസങ്ങൾക്കുശേഷം തന്റെ സഹപ്രവർത്തകരുടെ സമക്ഷം, ലൂയിപാസ്റ്റർ രണ്ടു ഫ്ളാസ്കുകളും പരിശോധനയ്ക്ക് വിധേയമാക്കി. ഭദ്രമായി മുദ്രവെച്ച ഫ്ളാസ്കിലെ ലായനിക്ക് ഒരു മാറ്റവും വന്നിരുന്നില്ല. മറിച്ച്, തുറന്നിരുന്ന ഫ്ളാസ്കിൽ ധാരാളം സൂക്ഷ്മജീവികൾ കാണപ്പെട്ടു. ഫ്ളാസ്കുകളിലെ ലായനികൾ തമ്മിൽ കാണപ്പെട്ട വ്യത്യാസത്തിന്റെ കാരണം വളരെ വ്യക്തം. തുറന്നിരുന്ന ഫ്ളാസ്കിന്റെ വായ്ഭാഗത്തു കൂടി ജീവികൾ അകത്തുകടക്കുകയും ഈസ്റ്റ് പഞ്ചസാര ലായനിയിൽ സൗഖ്യമായി വളരുകയും ചെയ്തപ്പോൾ, മുദ്രവെച്ച ഫ്ളാസ്കിൽ ജീവന്റെ കണികപോലും കാണാൻ കഴിഞ്ഞില്ല. ലൂയിപാസ്റ്റർ അന്നവിടെ തടിച്ചുകൂടിയ എല്ലാവർക്കുമായി കാട്ടിക്കൊടുത്ത ഈ പരീക്ഷണം, ശാസ്ത്രലോകത്ത്, മനുഷ്യമനസുകളിൽ അറിവിന്റെ ഒരു വെളിപാടുതന്നെ സൃഷ്ടിച്ചു. ക്രിസ്തുവിന് പിൻപ് അരിസ്റ്റോട്ടിലിന്റെ കാലംമുതൽ 19-ാം നൂറ്റാണ്ടിന്റെ രണ്ടാം പാദംവരെയുള്ള ആ നീണ്ടകാലയളവിൽ നിലനിന്നുപോന്നിരുന്ന അഥവാ നിലനിർത്തിപ്പോന്നിരുന്ന, ഒരു അന്ധവിശ്വാസമാണല്ലോ ലൂയിപാസ്റ്ററുടെ പരീക്ഷണങ്ങളിലൂടെ തകർന്നടിഞ്ഞത്.

'സവിശേഷ സൃഷ്ടി' സിദ്ധാന്തം (Theory of special creation)

ഏകദേശം പതിനായിരം വർഷങ്ങൾക്കുമുൻപ് ഈശ്വരൻ സൃഷ്ടിച്ചതാണ് ഇന്ന് നാം കാണുന്ന എല്ലാ ജീവികൾ എന്നും, അവ എല്ലാംതന്നെ ഒരു മാറ്റവും കൂടാതെ ഇത്രയുംനാൾ നിലകൊണ്ടു എന്നും, ഇനി മേലിലും അവ ഒന്നുംതന്നെ ഒരുതരത്തിലുള്ള മാറ്റത്തിനും വിധേയമാവില്ലെന്നുമാണ് 'സവിശേഷ സൃഷ്ടി' സിദ്ധാന്തം അനുശാസിക്കുന്നത്. മതപുരോഹിതരുടെ ഉറച്ച പിന്തുണയോടുകൂടി, ഈ സിദ്ധാന്തം വളരെനാൾ പ്രബലപ്പെട്ടു നിന്നിരുന്നു. പക്ഷേ, ശാസ്ത്രം നമുക്ക് പകർന്നുതന്ന വെളിച്ചത്തിൽ 'സവിശേഷ സൃഷ്ടി' സിദ്ധാന്തം നിഷ്പ്രഭമാവുകയാണ് ഉണ്ടായത്. ജീവികൾ പതിനായിരമെന്നല്ല ലക്ഷക്കണക്കിന് വർഷങ്ങൾ

ക്കുമുൻപ്തന്നെ ഈ ഭൂമുഖത്തുണ്ടായിരുന്നു എന്ന് നിസ്സംശയം തെളിയിക്കപ്പെട്ടു കഴിഞ്ഞിരിക്കുന്നു. ലക്ഷക്കണക്കിന് വർഷങ്ങൾക്കുമുൻപുണ്ടായിരുന്ന ജീവികളുടെ ഗണങ്ങളും അവയുടെ വർഗങ്ങളും ഏറിയകൂറും ഭൂമിയിൽനിന്ന് അപ്രത്യക്ഷമായിക്കഴിഞ്ഞു. അവയിൽനിന്നും പരിണമിച്ച്, രൂപഭേദങ്ങളോടുകൂടിയ, പല വർഗങ്ങളും ഇന്ന് ഭൂമിയിൽ നമുക്ക് കാണാൻ കഴിയും.

ജീവന്റെ കണികകൾ പരഗ്രഹങ്ങളിൽനിന്ന്?

ആദ്യത്തെ ജീവിയുടെ ജനനം ഭൂമിക്ക് പുറത്ത് മറ്റെവിടെയോ ആയിരുന്നു എന്ന് വലിയൊരു വിഭാഗം ആൾക്കാർ വിശ്വസിച്ചിരുന്നു. 'പാൻസ്പേർമിയ' (ബാഹ്യബീജീകരണം) എന്ന് നാമകരണം ചെയ്യപ്പെട്ടിട്ടുള്ള ഈ സിദ്ധാന്തത്തിൽ വിശ്വസിക്കുന്ന ഒരു സംഘം ശാസ്ത്രജ്ഞന്മാരും ഇതിൽപ്പെടുന്നു എന്നത് ഏറെ കൗതുകകരം തന്നെ. ക്രിസ്തുവിന് പിൻപ് അഞ്ചാം ശതകത്തിൽ അനക്സഗോറസ് എന്ന ഗ്രീക്ക് തത്വചിന്തകനായിരുന്നു 'പാൻസ്പേർമിയ'യുടെ ഉപജ്ഞാതാവ്. പ്രപഞ്ചത്തിലെ മറ്റെവിടെയോനിന്ന് 'പറന്നെത്തിയ' ജീവകണികകൾ ഭൂമിയിൽവന്നു പതിക്കുകയും, ഈ 'വിത്തുകൾ' മറ്റു ജീവികളുടെ ഉത്ഭവത്തിനു കാരണമാവുകയും ചെയ്തു എന്നത്രെ 'പാൻസ്പേർമിയ' സിദ്ധാന്തം വാദിക്കുന്നത്. ഭൗമാന്തരീക്ഷത്തിനുപുറത്ത് നിൽക്കുന്ന ഉയർന്ന താപവും റേഡിയേഷൻ (വിശ്ലേഷണം) താങ്ങുവാനുള്ള കരുത്ത് പ്രസ്തുത ജീവകണികകൾക്ക് ഉണ്ടോ എന്നതാണ് 'പാൻസ്പേർമിയ' സിദ്ധാന്തത്തെ എതിർക്കുന്നവർ പ്രധാനമായും ഉന്നയിക്കുന്ന വാദഗതി. എന്നിരിക്കിലും 'പാൻസ്പേർമിയ' സിദ്ധാന്തത്തെ പൂർണമായും നിരസിക്കുവാൻ ഇന്നും ശാസ്ത്രകുതുകികളോ ശാസ്ത്രജ്ഞരോ തയാറായിട്ടില്ല. അടുത്തിടെ നമ്മുടെ നാട്ടിൽ ഉണ്ടായിട്ടുള്ള 'ചുവന്നമഴ'യെ ഓർക്കുന്നുണ്ടാവുമല്ലോ. 'ചുവന്നമഴ'യുടെ ഉത്ഭവത്തെക്കുറിച്ചും അവയ്ക്ക് ചുവപ്പുനിറം ലഭിച്ച കാരണത്തെക്കുറിച്ചും പലരും കൂലങ്കഷമായി ചിന്തിക്കയുണ്ടായല്ലോ. ഗൾഫ് മേഖലയിൽനിന്നും ഉയർന്നുപൊങ്ങിയ പൊടിപടലങ്ങളാണ് മഴയ്ക്ക് ചുവപ്പുനിറം നൽകിയതെന്ന് വാദിക്കുന്ന ഒരു ഗവേഷണ പ്രബന്ധം 2003ൽ പ്രസിദ്ധീകരിക്കുകയുണ്ടായി. പക്ഷേ, 'ചുവന്നമഴ'യെക്കുറിച്ച് പഠനം നടത്തിയ ഡോ. ഗോഡ്ഫ്രെ ലൂയീസ് (കൊച്ചി സർവകലാശാല) കണ്ടെത്തിയത് മറ്റൊന്നായിരുന്നു. മഴയ്ക്ക് ചുവപ്പുനിറം കൊടുക്കുന്ന 'പൊടിപടലങ്ങൾ' അദ്ദേഹം സൂക്ഷ്മദർശിനിയിലൂടെ പരിശോധനയ്ക്ക് വിധേയമാക്കി. 'പൊടിപടലങ്ങളിൽ' ഒരു പങ്ക് ഭൂമിക്ക് പുറത്തുനിന്നുള്ള 'ജീവകണങ്ങൾ' അഥവാ സ്പോറുകൾ ആണെന്ന് അദ്ദേഹം വാദിക്കുന്നു. തന്റെ വാദഗതികളടങ്ങുന്ന ഒരു ലേഖനം ഡോ. ലൂയീസ് പ്രബന്ധരൂപേണ, *Astrophyics & Space Science* എന്ന അന്താരാഷ്ട്ര പ്രശസ്തമായ ജേർണലിൽ 2006ൽ പ്രസിദ്ധീകരിക്കുകയുണ്ടായി. 'പാൻസ്പേർമിയ' സിദ്ധാന്തത്തിന്റെ പ്രസക്തിയെക്കുറിച്ചുള്ള വാദപ്രതിവാദങ്ങൾ ഇപ്പോഴും സജീവമെന്ന് സാരം.

നെപ്ട്യൂണിയൻ സിദ്ധാന്തം

18-ാം ശതകത്തിന്റെ അന്തിമപാദത്തിൽ ജൊഹാൻ ലഹ്മാൻ, എബ്രഹാം വെർണർ എന്നീ രണ്ടു ശാസ്ത്രജ്ഞന്മാരുടെ ചിന്തകളിൽ നിന്നുരുത്തിരിഞ്ഞു വന്നതത്രെ നെപ്ട്യൂണിയൻ സിദ്ധാന്തം. ഭൂമിയുടെ മുൻപെങ്ങോ ഉണ്ടായിട്ടുള്ള ഒരു പ്രളയാനന്തരം അടിഞ്ഞുകൂടിയ പൊടിയും ചെളിക്കട്ടിയും എല്ലാംകൂടി ഘനീഭവിച്ചുണ്ടായതാണ് ഇന്നു നാം കാണുന്ന ഭൂമിയുടെ ഉപരിതലം എന്നത്രെ നെപ്ട്യൂണിയൻ സിദ്ധാന്തം ഉദ്ഘോഷിക്കുന്നത്. റോമാക്കാർക്ക് നെപ്ട്യൂൻ 'സമുദ്രദേവനാ'യിരുന്നു. സിദ്ധാന്തത്തിന്റെ ഉപജ്ഞാതാക്കളിൽ പ്രമുഖനായ വെർണറുടെ വ്യക്തിപ്രഭാവവും, *ബൈബിളിൽ* രേഖപ്പെടുത്തിയിട്ടുള്ള 'നാവോഷിയൻ പ്രളയവും', 'ദൈവത്തിന്റെ സവിശേഷസൃഷ്ടി'യുമായി നെപ്ട്യൂണിയൻ സിദ്ധാന്തത്തിനുള്ള സാദൃശ്യവുംകൂടി ആയപ്പോൾ അന്നത്തെ ജനതയ്ക്ക് വളരെ സ്വീകാര്യമായിരുന്ന ഒന്നായിരുന്നു നെപ്ട്യൂണിയൻ സിദ്ധാന്തം.

പാറകൾ രണ്ടുവിധമുണ്ടെന്ന് ആധുനികശാസ്ത്രം വെളിപ്പെടുത്തിയിട്ടുണ്ട്: (1) ഭൂമിയുടെ ഉൽപ്പത്തിയോടുകൂടിതന്നെ ഉറഞ്ഞുകൂടിയിട്ടുള്ളവ അഥവാ ഇഗ്നിയസ് പാറകൾ, (2) ഇഗ്നിയസ് പാറകൾ രൂപാന്തരപ്പെട്ട ശേഷം പല കാലങ്ങളിലായി അടിഞ്ഞുകൂടിയ 'അട്ടി' പാറകൾ (Stratified rocks). 'അട്ടി' പാറകളുടെ ഉത്ഭവവുമായി താരതമ്യപ്പെടുത്തുമ്പോൾ, നെപ്ട്യൂണിയൻ സിദ്ധാന്തം അൽപ്പം കഴമ്പുള്ളതായി തോന്നുമെങ്കിലും, ഈഗ്നിയസ് പാറകളെ സംബന്ധിച്ചിടത്തോളം നെപ്ട്യൂണിയൻ സിദ്ധാന്തം യാഥാർഥ്യത്തിൽനിന്നും അകലെയാണെന്ന് നാം സമ്മതിക്കേണ്ടിവരും.

പരിണാമമെന്നത് കരുത്തുറ്റ ഒരു ആശയമായി മനുഷ്യമനസുകളിൽ സ്ഥാനംപിടിച്ചത് ചാൾസ് ഡാർവിന്റെ പഠനങ്ങളെ തുടർന്നാണെന്നത് പരക്കെ അംഗീകരിക്കപ്പെട്ടൊരു യാഥാർഥ്യംതന്നെ. എന്നിരിക്കിലും ഡാർവിൻ കാലഘട്ടത്തിനു വളരെ മുൻപുതന്നെ 'പരിണാമ'മെന്നൊരു പ്രക്രിയയെക്കുറിച്ച് പലരും ചിന്തിച്ചുതുടങ്ങിയിരുന്നു. ഡാർവിന്റെ തന്നെ മുത്തച്ഛൻ ഇറാസ്മസ് ഡാർവിൻ, ഫ്രഞ്ചുശാസ്ത്രജ്ഞനായിരുന്ന യാങ് ബാപ്ടിസ്റ്റ് ലാമാർക്ക് എന്നിവരായിരുന്നു അതിൽ പ്രമുഖർ.

(a) ഇറാസ്മസ് ഡാർവിൻ 18-ാം നൂറ്റാണ്ടിൽ ബ്രിട്ടനിൽ തത്വചിന്തകൻ, ശാസ്ത്രജ്ഞൻ, കവി എന്നീ നിലകളിൽ പ്രസിദ്ധനായിരുന്നു. പരിണാമവാദത്തിന്റെ ആദികാല ഉപജ്ഞാതാക്കളിൽ മുമ്പനായിരുന്നു ഇറാസ്മസ് ഡാർവിൻ. പ്രബന്ധസമാനമായ 200 NOMIA അഥവാ *The laws of organic life* എന്ന പ്രസിദ്ധീകരണത്തിലൂടെയാണ് ഇറാസ്മസ് ഡാർവിൻ പരിണാമവാദത്തെക്കുറിച്ചുള്ള തന്റെ ആശയങ്ങൾ ബഹുജനസമക്ഷം അവതരിപ്പിക്കുന്നത്. പരിണാമവാദത്തെ പ്രതിപാദിക്കുന്ന *The Temple of Nature* എന്നൊരു കവിതയും അദ്ദേഹം പ്രസിദ്ധീകരിക്കുകയുണ്ടായി. 'ജീവജാലങ്ങൾക്ക് പൊതുവെയൊരു മുൻഗാമി' എന്ന ഒരാശയം ഉയർത്തിക്കൊണ്ടുവന്നതിൽ ഇറാസ്മസ് ഡാർവിൻ വലിയൊരു പങ്കു

ഇറാസ്മസ് ഡാർവിൻ

വഹിച്ചിട്ടുണ്ട്. 'വർഗീകരണ ശാസ്ത്രം' (Taxonomy), 'ജൈവഭൂമിശാസ്ത്രം' (Bio-geography), 'പ്രജനനശാസ്ത്രം' (Reproductive biology), 'ഭ്രൂണശാസ്ത്രം' (Embryology), 'പാരസ്പരക ആന്തരാവയവ ശാസ്ത്രം' (Comparative anatomy) എന്നീ മേഖലകളിൽ അദ്ദേഹം നടത്തിയിട്ടുള്ള നിരീക്ഷണങ്ങളുടെ അടിസ്ഥാനത്തിലാണ് ഇറാസ്മസ് ഡാർവിൻ തന്റെ വാദഗതികൾ ഉന്നയിച്ചിട്ടുള്ളത്. ആഹാര സമ്പാദനത്തിനായും, ഇണകൾക്കുവേണ്ടിയും മത്സരത്തിൽ ഏർപ്പെടുത്തുന്ന ജീവജാലങ്ങളെക്കുറിച്ചും ഇത്തരം മത്സരങ്ങൾ പിൻതലമുറകളിൽ വരുത്തുന്ന പരിണാമത്തെക്കുറിച്ചുമാണ് ഇറാസ്മസ് ഡാർവിൻ തന്റെ പ്രസിദ്ധീകരണങ്ങളിൽ എടുത്തുകാട്ടിയിട്ടുള്ളത്. ഈ വാദഗതിയുടെ ഒരു വിപുലീകരണം അറുപത് വർഷങ്ങൾക്കപ്പുറം ചാൾസ് ഡാർവിൻ തന്റെ പഠനങ്ങളിലൂടെയും പ്രസിദ്ധീകരണങ്ങളിലൂടെയും നടത്തുകയുണ്ടായി എന്നത് ശ്രദ്ധേയമാണ്.

യാങ് ബാപ്ടിസ്റ്റ് ലാമാർക്ക് (1744-1829)

ഫ്രാൻസിലെ ഒരു ദരിദ്ര കുടുംബത്തിൽ, തന്റെ മാതാപിതാക്കളുടെ 11 മക്കളിൽ ഏറ്റവും ഇളയവനായി ജനിച്ചു. 1790 കളുടെ മധ്യത്തിൽ (1794-96) ചാൾസ് ഡാർവിന്റെ മുത്തച്ഛൻ ഇറാസ്മസ് ഡാർവിൻ രചിച്ച *Zoonomiz*ൽനിന്നും ആവേശം ഉൾക്കൊണ്ടായിരുന്നു ലാമാർക്കിന്റെ തുടക്കം - *Zoonomiz*ൽ ഇറാസ്മസ് ഡാർവിൻ പ്രവചിച്ചത് ഇപ്രകാരം. "that all warm-blooded animals have arisen from one filament .... with the power of acquiring new parts." (ഉഷ്ണരക്തജീവികളെല്ലാം ഒരേ നാടയിൽനിന്നും ഉത്ഭവിച്ചതാണ് പുതിയ അവയവങ്ങൾ ആർജിക്കുവാനുള്ള ശക്തിയുമായി). (ലാമാർക്ക് ഒരു 'സ്കൂൾ' സ്ഥാപിക്കുകയുണ്ടായിട്ടുണ്ട് അന്നത്തെ പ്രശസ്ത പുരോഗമന (ഫ്രഞ്ചു) തത്വചിന്തകൻ സെയിന്റ് ഹില്ലാരി ഉൾപ്പെട്ടതായിരുന്നു പ്രസ്തുത സ്കൂൾ. അക്കാലത്തെ പ്രഗത്ഭ അനാട്ടമി വിദഗ്ധനായ റോബർട്ട് എഡ്മണ്ട് ഗ്രാന്റ്, ലാമാർക്കിന്റെ പ്രസ്ഥാനവുമായി സഹകരിച്ചിരുന്നു. പിൽക്കാലത്ത് എഡ്മണ്ട് ഗ്രാന്റ്, ചാൾസ് ഡാർവിന്റെ അധ്യാപകനായി എന്നതും തികച്ചും യാദൃച്ഛികമായിരിക്കാം).

പരിസരങ്ങളും സാഹചര്യങ്ങളുമാണ് ഒരു ജീവിയുടെ പരിണാമ

യാങ് ബാപ്ടിസ്റ്റ് ലാമാർക്ക്

ത്തിന് നിദാനമെന്ന് ലാമാർക്ക് വിശ്വസിച്ചു. അഥവാ, സാഹചര്യങ്ങൾക്കനുസൃതമായി ഉണ്ടാകുന്ന മാറ്റങ്ങളാണ് പരിണാമത്തിന്റെ മുഖ്യഹേതുവെന്നായിരുന്നു ലാമാർക്ക് വാദിച്ചത്. മാറിവരുന്ന (അനുകൂല/പ്രതികൂല) സാഹചര്യങ്ങളോട് പൊരുത്തപ്പെടുന്നതിന് ജീവജാലങ്ങൾ നന്നെ പാടുപെടാറുണ്ട്. സാഹചര്യത്തിന്റെ ഇത്തരം സമ്മർദങ്ങൾക്ക് വിധേയമായി, ജീവികൾ പുതിയ സ്വഭാവങ്ങൾ ആർജിക്കുവാൻ പ്രേരിതരാവുന്നു. 'ആർജിതസ്വഭാവങ്ങൾ', അതുപയോഗിക്കുന്ന തോതനുസരിച്ച് പ്രബലമാവുകയും (ഉപയോഗിക്കപ്പെടാത്തവ, ക്രമേണ അപ്രത്യക്ഷമാവുകയും ചെയ്യുന്നു) പിൻതലമുറയിലേക്ക് വ്യാപിക്കുകയും ചെയ്യുന്നു. അങ്ങനെ സംഭവിക്കുന്ന പക്ഷം, മുൻതലമുറയിൽനിന്നും വ്യത്യസ്തമായ പിൻതലമുറകൾ ജന്മമെടുക്കുകയും, തദ്വാര പുതിയ സ്പീഷീസുകൾ ഉണ്ടാവുന്നതിനു കാരണമാവുകയും ചെയ്യുന്നു. ഉപയോഗിക്കുന്ന 'ആർജിത' സ്വഭാവങ്ങൾ കൂടുതൽ പ്രബലമാവുകയും ഉപയോഗിക്കാത്തവ ക്രമേണ അപ്രത്യക്ഷമാവുകയും ചെയ്യുന്നു എന്നതാണ് ലാമാർക്കിയൻ സിദ്ധാന്തത്തിന്റെ മുഖ്യഘടകം. ജിറാഫിന്റെ നീളമുള്ള കഴുത്ത് നമുക്കേവർക്കും കൗതുകകരമാണല്ലൊ. പതിനായിരക്കണക്കിനു വർഷംമുൻപ് അവയുടെ മുൻഗാമികളുടെ കഴുത്ത് മറ്റുജീവികളുടേതിനു സമാനമായിരുന്നുവത്രെ. പിൽക്കാലത്ത് ഉയരംകുറഞ്ഞ ചെടികൾ പൂർണമായി അപ്രത്യക്ഷമാവുകയോ, ദുർബലമാവുകയോ ചെയ്യുകയാൽ, ആഹാരത്തിനായി ഉയരം കൂടിയ വൃക്ഷശാഖികളെ ആശ്രയിക്കേണ്ടിവന്ന ഒരു സാഹചര്യവും ഉടലെടുത്തു എന്ന് വിശ്വസിക്കപ്പെടുന്നു. സാഹചര്യത്തിന്റെ ഇത്തരത്തിലുള്ള സമ്മർദം, അസാധാരണമായി കഴുത്തിന്റെ മാംസപേശികളെ അവലംബിക്കുന്നതിനും, തദ്വാരാ കഴുത്തുനീട്ടി, ഉയരംകൂട്ടി മരച്ചില്ലകളിൽനിന്നും ഇലകൾ സമ്പാദിച്ചു ഭക്ഷിക്കുവാനും ഇടയാക്കിയിട്ടുണ്ടാവണം എന്നാണ് ലാമാർക്കിന്റെ അനുമാനം. ഇത്തരത്തിൽ, അവയുടെ കഴുത്തിൽ കേന്ദ്രീകരിച്ച് അനേകം തലമുറകളായി നടത്തിയ കഠിനശ്രമം, ക്രമേണ, സാധാരണയിൽ കവിഞ്ഞ വലിപ്പത്തോടുകൂടിയ കഴുത്ത്, ജിറാഫുകൾക്ക് പ്രദാനംചെയ്തു എന്നത് ലാമാർക്കിയൻ സിദ്ധാന്തം. തന്റെ നിരീക്ഷണങ്ങളെയും സിദ്ധാന്തത്തെയും ക്രോഡീകരിച്ചുകൊണ്ട് *Philosophic Zoologique* എന്ന ഗ്രന്ഥം 1809ൽ ലാമാർക്ക് പ്രസിദ്ധീകരിക്കുകയുണ്ടായി. പ്രത്യക്ഷത്തിൽ സ്വീകാര്യമെന്നു തോന്നാമെങ്കിലും

തെളിവുകളുടെ ദൗർലഭ്യംമൂലം ലാമാർക്ക് പലരുടേയും പരിഹാസത്തിനും വിമർശനത്തിനും പാത്രീഭവിക്കേണ്ടിവന്നു. ലാമാർക്കിന്റെ പരിണാമവാദം തെളിയിക്കപ്പെടേണ്ടുന്ന പരീക്ഷണങ്ങളെക്കാൾ അവ വാസ്തവവിരുദ്ധമെന്ന് ഉറക്കെ പ്രഖ്യാപിക്കുന്നതിനുള്ള പരീക്ഷണങ്ങളാണ് അക്കാലങ്ങളിൽ അരങ്ങേറിയിരുന്നത്. എന്നിരിക്കിലും ആധുനികലോകത്ത് നടത്തപ്പെട്ട ചില പരീക്ഷണങ്ങളെങ്കിലും ലാമാർക്കിയൻ പരിണാമവാദത്തെ പിന്തുണയ്ക്കുന്നതാണ്. ആന്റിബയോട്ടിക്കുകൾക്ക് എതിരായി ബാക്ടീരിയകളുടെ പ്രതിരോധശക്തി വർധിപ്പിക്കുന്നത് ഒരു ആർജിത സ്വഭാവമായി കരുതാം. ഈ സ്വഭാവം പിൻതലമുറയിലേക്ക് വ്യാപിക്കുന്നതായി കാണാമെന്നുള്ളത് ലാമാർക്കിയൻ പരിണാമവാദത്തിന്റെ പ്രസക്തി വർധിപ്പിക്കുന്നു. ജീവകോശങ്ങളെക്കുറിച്ചും പാരമ്പര്യശാസ്ത്രത്തെക്കുറിച്ചുമുള്ള അറിവ് അന്നത്തെ ശാസ്ത്രലോകത്തിനു നന്നെ കുറവായിരുന്നതിനാൽ വിമർശകരുടെ വായടപ്പിക്കാൻ ലാമാർക്കിനു കഴിഞ്ഞിരുന്നില്ല. പാരമ്പര്യനിയമം അനുസരിച്ച് അടുത്ത തലമുറയിലേക്ക് പകരാനനുയോജ്യമായ (ആർജിത) സ്വഭാവങ്ങൾ ഏവ? അനുയോജ്യമല്ലാത്തവ ഏവ? പിൻതലമുറയിലേക്ക് പകരാനനുയോജ്യമായവയും അല്ലാത്തതുമായ സ്വഭാവങ്ങളെ വേർതിരിക്കുന്നതിനുള്ള വ്യക്തമായ രേഖകൾ ആധുനിക ശാസ്ത്രം നൽകിയിട്ടുണ്ട്. 'ബീജകോശങ്ങളെ' (Germ Cells) സ്വാധീനിക്കാൻ കഴിയുന്ന തരത്തിലുള്ള ആർജിതസ്വഭാവങ്ങൾ തീർച്ചയായും പിൻതലമുറയിലേക്ക് പകർന്നുകൊടുക്കപ്പെടുമെന്ന് ആധുനികശാസ്ത്രം വിലയിരുത്തുന്നു. ലാമാർക്കിയൻ പരിണാമവാദം പൂർണമായി തിരസ്കരിക്കാൻ നമുക്കാവില്ല എന്നു സാരം.

3

ഡാർവിന്റെ പരിണാമസിദ്ധാന്തം

ചാൾസ് ഡാർവിൻ

പരിണാമം എന്ന പദത്തിന് തത്സമമായി നമ്മുടെ മനസിലേക്ക് ഓടിയെത്തുന്ന ഒന്നാണല്ലോ ചാൾസ് ഡാർവിന്റെ നാമം. നൂറ്റാണ്ടുകൾക്കു മുൻപുതന്നെ പരിണാമമെന്ന പ്രക്രിയയെക്കുറിച്ച് മനുഷ്യൻ ചിന്തിച്ചു തുടങ്ങിയെങ്കിലും (അഥവാ സങ്കൽപ്പിച്ചുതുടങ്ങിയെങ്കിലും) അത്തരം ചിന്തകൾക്ക് അഥവാ സങ്കൽപ്പങ്ങൾക്ക് വേണ്ടത്ര വ്യക്തത ഉണ്ടായിരുന്നില്ല എന്നതാണ് വാസ്തവം. ഇക്കാരണത്താൽ, പരിണാമവാദം കേവലം ഒരു കെട്ടുകഥയോ അന്ധവിശ്വാസമോ ആയിമാത്രം പരിഗണിക്കപ്പെട്ടുപോന്നു. 19-ാം നൂറ്റാണ്ടിന്റെ മധ്യകാലംവരെ 'സവിശേഷസൃഷ്ടി വാദം' മറ്റെല്ലാ സിദ്ധാന്തങ്ങൾക്കുമുപരിയായി ബലപ്പെട്ടു നിന്നിരുന്നു. 'സവിശേഷസൃഷ്ടി വാദ'ത്തിന് എതിരായി എന്തെങ്കിലും ജനങ്ങൾ ഉച്ചരിക്കാൻ ഭയന്നിരുന്നകാലം. ഈ കാലഘട്ടത്തിലാണ്, ചാൾസ് ഡാർവിന്റെ ജനനം. കൃത്യമായി പറഞ്ഞാൽ, 1809-ാമാണ്ട് ഫെബ്രുവരി 12-ാം തീയതി. അദ്ദേഹത്തിന്റെ പൂർണനാമം ചാൾസ് റോബർട്ട് ഡാർവിൻ എന്നായിരുന്നു. ഇറാസ്മസ് ഡാർവിന്റെ (ഈ പേര് നേരത്തെ സൂചിപ്പിച്ചുവല്ലോ) പുത്രനും, ഇംഗ്ലണ്ടിലെ ഷാറ്റ്സ്ബറിലെ

ഭിഷഗ്വരനുമായിരുന്ന റോബർട്ട് വേറിങ് ഡാർവിന്റെ ആറു മക്കളിൽ അഞ്ചാമനായിട്ടായിരുന്നു ചാൾസ് ഡാർവിന്റെ ജനനം. ദൗർഭാഗ്യമെന്നു പറയട്ടെ, കേവലം ഏഴു വയസുള്ളപ്പോൾ തന്നെ ചാൾസിന് തന്റെ പെറ്റമ്മയെ നഷ്ടമായി. അമ്മയുടെ അകാലമരണം ഡാർവിൻ കുടുംബത്തിന് ചില്ലറ ആഘാതമല്ല ഏൽപ്പിച്ചത്. ഒൻപതു വയസുകാരനായ 'ബോബി' (ചെറുപ്പത്തിൽ ചാൾസിന്റെ വിളിപ്പേർ അതായിരുന്നു) വീടിനടുത്തുള്ള ഒരു ബോർഡിങ് സ്കൂളിലേക്കയക്കപ്പെട്ടു. ബോർഡിങ് സ്കൂളിലെ ജീവിതം ബാലനായ ബോബിക്ക് അത്ര പഥ്യമായിരുന്നില്ല എന്നുവേണം കരുതാൻ. അൽപ്പമെങ്കിലും സമയം കിട്ടിയാൽ വീട്ടിലേക്ക് 'ഒളിച്ചോടാനു'ള്ള ഒരു വ്യഗ്രത അദ്ദേഹം കാട്ടിയിരുന്നത്രെ. എങ്കിലും തന്റെ മൂത്ത സഹോദരൻ റാസ് എന്ന വിളിപ്പേരുള്ള ഇറാസ്മസും അതേ സ്കൂളിലെതന്നെ ഒരു വിദ്യാർഥിയായിരുന്നു എന്നത് ചാൾസിന് വലിയ ആശ്വാസമായിരുന്നു, എന്നുമാത്രമല്ല, പഠനരംഗത്തെ അന്നത്തെ (1820കളിലെ) ആവേശമായിരുന്ന രസതന്ത്രശാസ്ത്രത്തിൽ ശ്രദ്ധ പതിപ്പിക്കാൻ റാസുമായുള്ള സൗഹൃദം ചാൾസിനു വഴിതെളിച്ചു എന്നുപറയാം. എന്നിരിക്കിലും, 1822ൽ റാസ് വൈദ്യശാസ്ത്രപഠനത്തിന് പ്രശസ്തമായ കേംബ്രിഡ്ജ് സർവകലാശാലയിലേക്ക് പോയതോടെ ചാൾസിന്റെ ജീവിതരീതി അഭികാമ്യമല്ലാത്ത രീതിയിലേക്ക് ചലിക്കുകയുണ്ടായി. തന്റെ പുത്രന്റെ 'ശീലങ്ങളിൽ' അസംതൃപ്തനായ ഡോ. റോബർട്ട്, 16 വയസുകാരനായ ചാൾസിനെ വൈദ്യശാസ്ത്ര പഠനത്തിനായി എഡിൻബറോയിൽ ചേർത്തു. വൈദ്യശാസ്ത്രപഠനം, പക്ഷേ, പ്രതീക്ഷയ്ക്കു പകരം വലിയ നിരാശയാണ് ചാൾസിന് സംഭാവനചെയ്തത്. താൻ ഒരിക്കലും ഒരു ഭിഷഗ്വരൻ ആവാൻ പോവുന്നില്ലെന്ന് അദ്ദേഹം മനസിലാക്കി. ശവത്തെ കീറിമുറിക്കുന്ന പ്രക്രിയ ചാൾസിനു വളരെ അസ്വസ്ഥത ഉളവാക്കിയിരുന്നു. ബോധം കെടുത്താതെ തന്നെ ശസ്ത്രക്രിയ നടത്തിയിരുന്ന കാലമായിരുന്നുവല്ലോ അത്. ശസ്ത്രക്രിയാമുറിയിൽ, വേദനകൊണ്ട് വാവിട്ടുകരയുന്ന ഒരു കുട്ടിയെ കണ്ട് ചാൾസ് ആശുപത്രിയിൽനിന്ന് ഓടി 'രക്ഷപ്പെട്ടു,' പിന്നീടൊരിക്കലും അദ്ദേഹം ഒരു ശസ്ത്രക്രിയയ്ക്ക് ദൃക്സാക്ഷിയാകാൻ കൂട്ടാക്കിയിട്ടില്ല. മെഡിക്കൽ വിദ്യാഭ്യാസവും പരാജയപ്പെട്ടതോടെ, തന്റെ മുന്നിലെ മാർഗങ്ങൾ അടയുന്നതായി ചാൾസിനു തോന്നി. തന്റെ പുത്രന്റെ അവസ്ഥകണ്ട് ഡോ. റോബർട്ടിനും നിരാശതോന്നി. കാര്യങ്ങൾ എല്ലാം നേരെയാക്കുവാനുള്ള തീവ്രശ്രമത്തിന്റെ ഭാഗമായി വൈദികപട്ടത്തിനു പഠിക്കാൻ ചാൾസ് നിയോഗിക്കപ്പെട്ടു. പ്രവേശന പരീക്ഷ (കഷ്ടിച്ചു) പാസായ ചാൾസ് കേംബ്രിഡ്ജ് സർവകലാശാലയിൽ ബി എ ഡിഗ്രി പഠനം ആരംഭിച്ചു. (വൈദികപട്ടത്തിന്റെ പ്രാരംഭദശ എന്ന നിലയ്ക്ക് ഡിഗ്രി പഠനം ആവശ്യമായിരുന്നു). ഡിഗ്രി പഠനത്തെക്കാളേറെ അദ്ദേഹത്തെ ആകർഷിച്ചത് ജീവശാസ്ത്രപഠനമായിരുന്നു. ഷഡ്പദങ്ങൾ അദ്ദേഹത്തിന്റെ ഹരമായിരുന്നു. പ്രശസ്തനായ സസ്യശാസ്ത്രജ്ഞൻ

ജോൺ ഹെൻസ്ലോയുമായുള്ള പരിചയം - പിന്നീടുള്ള അടുപ്പം - സസ്യശാസ്ത്രത്തിലേക്ക് ചാൾസിനെ ആകർഷിക്കുകയുണ്ടായി. ഹെൻസ്ലോവുമൊന്നിച്ചുള്ള പര്യവേക്ഷണയാത്ര സസ്യശാസ്ത്രത്തിന്റെ ഉന്നതമേഖലയെ പരിചയപ്പെടുവാൻ അദ്ദേഹത്തിന് നിദാനമായി. അതിനുശേഷം, അക്കാലത്തെ അറിയപ്പെടുന്ന ഭൂഗർഭശാസ്ത്രജ്ഞനായ ആദം സെഡ്ജ് വിക്കുമായുള്ള പരിചയവും അദ്ദേഹമൊന്നിച്ചുള്ള പര്യവേക്ഷണവും 'ഫോസിൽ' പഠനത്തിലാണ് ഡാർവിനെ കൊണ്ടെത്തിച്ചത്. ഒരുപക്ഷേ, ചാൾസ് ഡാർവിന്റെ ജീവിതത്തെ വളരെയധികം സ്വാധീനിച്ച രണ്ടു മഹാന്മാരായിരിക്കണം ഹെൻസ്‌ലോവും സെഡ്ജ്‌വിക്കും.

ഫോസിൽ എന്നാലെന്ത്?

പണ്ടെങ്ങോ (ആയിരക്കണക്കിനോ അഥവാ ലക്ഷക്കണക്കിനോ കോടിക്കണക്കിനോ വർഷങ്ങൾക്കു മുൻപാകാം) ഭൂമിയിൽ നിലനിന്നിരുന്ന ജീവികളുടെ അവശിഷ്ടങ്ങളെയാണ് ഫോസിൽ എന്നു വിവക്ഷിക്കുന്നത്. ഫോസിൽ എന്ന ലാറ്റിൻ പദത്തിൽ (കുഴിച്ചെടുക്കുക എന്നർഥം)- നിന്നാണ് ഫോസിൽ എന്ന വാക്കിന്റെ ഉത്ഭവം. അവശിഷ്ടങ്ങൾ പലതരത്തിലാവാം. ഒരുപക്ഷേ, വൃക്ഷത്തിന്റെയും മറ്റും തൊലിയിൽ

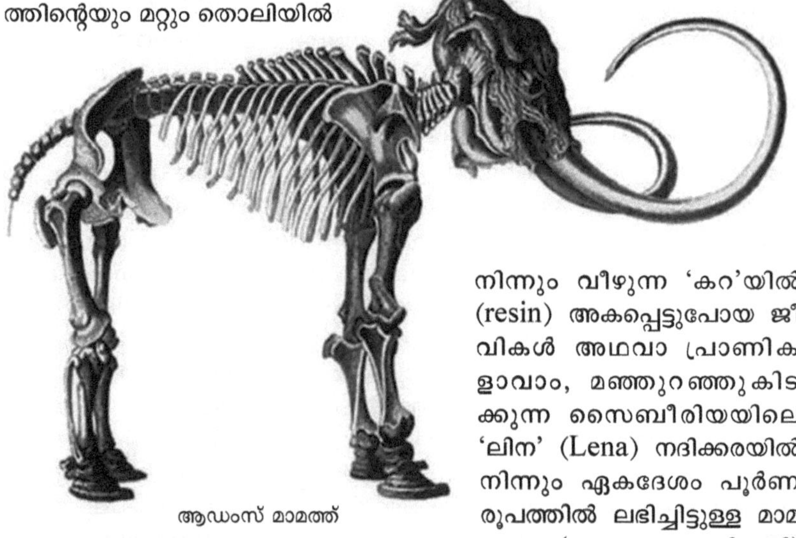

ആഡംസ് മാമത്ത്

നിന്നും വീഴുന്ന 'കറ'യിൽ (resin) അകപ്പെട്ടുപോയ ജീവികൾ അഥവാ പ്രാണികളാവാം, മഞ്ഞുറഞ്ഞുകിടക്കുന്ന സൈബീരിയയിലെ 'ലിന' (Lena) നദിക്കരയിൽ നിന്നും ഏകദേശം പൂർണരൂപത്തിൽ ലഭിച്ചിട്ടുള്ള മാമത്തുക (ആനയുടെ മുൻഗാമി)ളുടെ ശരീരം ഉത്തമമായ 'ഫോസിലാ'യി കണക്കാക്കപ്പെടുന്നു. ശരീരം മുഴുവൻ രോമാവൃതമായ, വളരെ നീളമുള്ള കൊമ്പോടുകൂടിയ ഭീമാകാരനായ ഈ ജീവി ആനയുടെ മുൻഗാമിയായി കണക്കാക്കപ്പെടുന്നു. 1806ൽ മിക്കായെൻ ആഡംസ് എന്ന സസ്യശാസ്ത്രജ്ഞനാണ് ഈ 'ഫോസിൽ' കണ്ടെത്തിയെന്നതിനാലാവണം അതിന്

'ആഡംസ് മാമത്ത്' എന്നപേർ ലഭിക്കാൻ കാരണം. 1977ൽ വടക്കുകിഴക്കൻ സൈബീരിയയിൽനിന്നു ലഭിച്ച ഏകദേശം എട്ടുമാസം പ്രായം വരുന്ന ഒരു കുഞ്ഞു മാമത്ത് (ഇതിന് 'സിമ' എന്നുപേർ നൽകപ്പെട്ടു). ഫോസിലുകളുടെ ശ്രേണിയിലെ മറ്റൊരു പ്രധാന ഇനംതന്നെ. ഏകദേശം 40,000 വർഷങ്ങൾക്കുമുൻപാണ് 'സിമ' ജീവിച്ചിരുന്നത് എന്ന് കരുതപ്പെടുന്നു. ശരീരത്തിന്റെ ഏതെങ്കിലും ചെറിയ ഭാഗങ്ങളും 'ഫോസിൽ' ആയി കണക്കാക്കപ്പെടാറുണ്ട് — അതു പലപ്പോഴും കട്ടികൂടിയ പുറംതോടുകളോ എല്ലുകഷണങ്ങളോ പല്ലോ ആവാം. വൂളിമാമത്തുകളുടെ കൊമ്പുകൾ തന്നെ ഇത്തരം ഫോസിലുകൾക്ക് ഉദാഹരണമായി കരുതാം. മാമത്തുകളിൽനിന്നും ഇതിനകം ലഭിച്ചിട്ടുള്ള നാൽപ്പതോളം വരുന്ന ഫോസിലുകളിൽ നിന്നാണ്, ഇന്നത്തെ ആനകളുടെ മുൻഗാമികളെക്കുറിച്ച് വിലപ്പെട്ട പല വിവരങ്ങളും ലഭിച്ചത്. കാലാവസ്ഥയിൽവന്ന വ്യതിയാനങ്ങളാവണം ഏകദേശം 10,000 വർഷം മുൻപുവരെ ജീവിച്ചിരുന്ന വൂളിമാമത്തുകളുടെ വംശനാശത്തിനു കാരണമായത് എന്ന് കരുതപ്പെടുന്നു. അടുത്തകാലത്ത് (2004ൽ) നടത്തിയ ചില ജനിതകപഠനങ്ങൾ ഇന്ത്യൻ (ഏഷ്യൻ) ആനകളും മാമത്തുമായുള്ള (ആഫ്രിക്കൻ ആനകളെക്കാൾ) സാമ്യതയെക്കുറിച്ച് വിലപ്പെട്ട വിവരങ്ങൾ നൽകുകയുണ്ടായി. ആഫ്രിക്കൻ ആനകൾ ഏകദേശം 60 ലക്ഷം വർഷങ്ങൾക്കുമുൻപാവണം - മനുഷ്യനും ചിമ്പാൻസിയും 'വേർപെട്ടത്' ഏതാണ്ട് ഇതേ കാലയളവിലാവണം — വൂളിമാമത്തുകളിൽനിന്ന് വേറിട്ട് പുതിയ 'പാത' യിലേക്ക് പോയത് എന്ന് കരുതപ്പെടുന്നു.

ഫോസിലുകൾ രൂപപ്പെടുന്ന ഒരു മാർഗമുണ്ട് - സിലിഫിക്കേഷൻ എന്നാണ് ഈ രീതിയുടെ പേര്. എന്താണ് സിലിഫിക്കേഷൻ? ജന്തുക്കളും സസ്യങ്ങളുമെല്ലാം, അവ 'മരിച്ചു' കഴിഞ്ഞാൽ സാധാരണ 'ചീഞ്ഞു' പോവുകയാണല്ലോ പതിവ്. ബാക്ടീരിയപോലുള്ള സൂക്ഷ്മകോശജീവികളുടെ പ്രവർത്തനംമൂലം ജീർണത സംഭവിക്കുകയും ക്രമേണ അവ അപ്രത്യക്ഷമാവുകയും ചെയ്യുന്നു, എങ്കിലും അപൂർവങ്ങളിൽ അപൂർവമായെങ്കിലും ഇങ്ങനെയുള്ള ഒരു ചീയൽ അവിടെ സംഭവിക്കുന്നില്ല. പകരം, സൂക്ഷ്മമായ മൺതരികൾകൊണ്ട് മേൽപ്പറഞ്ഞ സസ്യങ്ങളുടെ അഥവാ ജന്തുക്കളുടെ ഓരോ ഭാഗവും (ഓരോ കോശവും എന്ന് വിശേഷിപ്പിച്ചുകൊള്ളട്ടെ) 'ആദേശം' ചെയ്യപ്പെടുന്നു. തൽഫലമായി ജീവികളുടെ ഒരു 'റെപ്ലിക്കാ' അഥവാ 'അപരൻ' ഈ പ്രക്രിയയിലൂടെ രൂപംപ്രാപിക്കുന്നു. കാഴ്ചയിൽ എല്ലാംകൊണ്ടും, ജീവിച്ചിരുന്ന ജന്തുവിന്റെ (സസ്യത്തിന്റേതായാലും) അതേരൂപം തന്നെ. പക്ഷേ, കോശങ്ങൾക്കുപകരം മൺതരികൾ ആണെന്നുമാത്രം. സ്പർശനത്തിലൂടെ മാത്രമേ ഇവ മൺതരികൾ കൊണ്ട് രൂപം പ്രാപിച്ചതെന്ന് മനസിലാവുകയുള്ളൂ. ഇത്തരം പ്രക്രിയയെ 'സിലിഫിക്കേഷൻ' എന്ന് നാമകരണം ചെയ്തിരിക്കുന്നു. കോടാനുകോടി വർഷങ്ങൾക്കുമുൻപ് ജീവിച്ചിരുന്ന (ഇന്ന് പൂർണമായും വംശനാശം സംഭവിച്ചിട്ടുള്ള) അനേകതരം സസ്യങ്ങളെക്കുറിച്ചും ജന്തുക്കളെക്കുറിച്ചുമുള്ള

ഇംപ്രിന്റ് ഫോസിൽ

വിവരങ്ങൾ ഇത്തരം 'സിലിഫൈഡ്' ഫോസിലുകളിൽനിന്നും ലഭിച്ചിട്ടുണ്ട്. ലക്ഷക്കണക്കിന് വർഷങ്ങൾക്കു മുൻപ് ജീവിച്ചിരുന്നവയുടെ ശരീരഭാഗങ്ങൾ അതേ രൂപത്തിൽ, ആകൃതിയിൽ നിലനിർത്തപ്പെടുന്നു. ഡൈനസോറിന്റെ മുട്ട, ഡൈനസോറിന്റെതന്നെ കാലിന്റെ ഭാഗങ്ങൾ, മരത്തടിയുടെ ഭാഗങ്ങൾ, കക്കകൾ എന്നിവയെല്ലാം ഇങ്ങനെ ഫോസിലുകളായി കണ്ടെടുത്തിട്ടുണ്ട്. ചിലപ്പോൾ മൺതരികൾക്കുപകരം ലോഹത്തിന്റെ ചെറുതരികളാകാം ജൈവഭാഗങ്ങളെ ആദേശം ചെയ്യുന്നത്. ഏതാണ്ട് 156 കോടി വർഷങ്ങൾക്കുമുൻപ് ജീവിച്ചിരുന്ന ഒരുതരം പിരിയൻ കക്കയുടെ 'സിലിഫൈഡ്' ഫോസിൽ ലഭിച്ചിട്ടുണ്ട്. വർഷങ്ങളായി വന്നടിഞ്ഞുകൊണ്ടിരിക്കുന്ന ചെളിയിലോ കളിമൺ തിട്ടകളിലോ പാറകളിലോ അമർന്നുപോയ ചില ജീവികളുടെ ശരീരഭാഗങ്ങൾ ഒരു 'print' കണക്കെ കാണപ്പെടാറുണ്ട്. Imprints എന്ന വിഭാഗത്തിൽപ്പെട്ട ഫോസിലുകളാണിവ. മണ്ണടിഞ്ഞുപോയതും, വംശനാശം വന്നുപോയതുമായ അനേകതരം ജീവികളെക്കുറിച്ച് (അതു ജന്തുക്കളെക്കുറിച്ചായാലും) വളരെ വ്യക്തമായ ചിത്രം ഫോസിലുകളുടെ പഠനത്തിലൂടെ നമുക്ക് ലഭ്യമായിട്ടുണ്ട്.

'ബീഗിൾ' എന്ന കപ്പലിന്റെ പര്യവേക്ഷണ യാത്ര

1831-ൽ വൈദികപട്ടത്തിനു മുന്നോടിയായുള്ള ഡിഗ്രി സമ്പാദനം ഡാർവിന് സാധ്യമായി. എന്നിരിക്കിലും, സസ്യശാസ്ത്രവും ജന്തുശാസ്ത്രവും ഫോസിലുകളും മറ്റുമായിരുന്നു ചാൾസിന്റെ ആവേശം. ഇതേ കാലയളവിൽ, 1831ൽ തന്നെ, പിൽക്കാലത്ത് മഹത്തരമാകുവാനിരിക്കുന്ന ഒരു സംഭവത്തിന്റെ തയാറെടുപ്പുകൾ നടക്കുന്നുണ്ടായിരുന്നു – ബ്രിട്ടീഷ് ഗവൺമെന്റിന്റെ അധീനതയിലുള്ള എച്ച് എം എസ് ബീഗിൾ എന്ന കപ്പലിന്റെ (ഏകദേശം 27 മീറ്റർ നീളമുണ്ടാവും ആ കപ്പലിന്) ഒരു നീണ്ട പര്യവേക്ഷണയാത്രയ്ക്കുള്ള ഒരുക്കം, ക്യാപ്റ്റൻ ഫിറ്റ്സ്റോയിയുടെ നേതൃത്വത്തിൽ അഞ്ചുവർഷമെങ്കിലും വേണം ആ സാഹസികയാത്രയ്ക്ക്. തെക്കെ അമേരിക്കയുടെ തീരപ്രദേശങ്ങളെക്കുറിച്ചുള്ള പഠനമായിരുന്നു പര്യവേക്ഷണയാത്രയുടെ ഉദ്ദേശ്യം. പ്രസ്തുത യാത്രയിൽ ഒരു പ്രകൃതിശാസ്ത്ര നിരീക്ഷകൻകൂടി ഉണ്ടായിരിക്കണം എന്ന് ക്യാപ്റ്റൻ ഫിറ്റ്സ്റോയിക്കൊരു ആഗ്രഹം. അങ്ങനെയുള്ള ഒരു നിരീക്ഷകനു

എച്ച് എം എസ് ബീഗിൾ

വേണ്ടിയുള്ള അന്വേഷണമായി അടുത്തത്. ഫിറ്റ്സ്റോയി തന്റെ ഇംഗിതം കേംബ്രിഡ്ജിലെ അധ്യാപകനായ ജോർജ് പികോക്കിനെ അറിയിച്ചു. അദ്ദേഹം ആ കത്ത് പ്രൊഫ. ഹെൻസ്ലോവിന് കൈമാറി. ചുറുചുറുക്കുള്ള ഒരു യുവനിരീക്ഷകനെ ഏർപ്പെടുത്തിത്തരുവാൻ വലിയൊരു ശിഷ്യസമ്പത്തുള്ള പ്രൊഫ. ഹെൻസ്ലോവിന് കഴിയുമെന്ന് അദ്ദേഹത്തിന് അറിയാമായിരുന്നു. ഫിറ്റ്സ്റോയിയുടെ കത്തുകിട്ടിയ മാത്രയിൽ തന്നെ ഹെൻസ്ലോവിന് കൂടുതലൊന്നും ആലോചിക്കേണ്ടിവന്നില്ല. അദ്ദേഹത്തിന് നിർദേശിക്കുവാനുണ്ടായിരുന്ന പേര് ചാൾസ് ഡാർവിന്റെ തന്നെ.

പ്രശസ്ത ഭൂഗർഭശാസ്ത്രജ്ഞൻ ആഡം സെഡ്ജ്വിക്കുമൊത്ത് വെയ്ത്സിൽ ഒരു പര്യവേക്ഷണയാത്ര കഴിഞ്ഞ് ഷ്റൂസ്ബറിയിലുള്ള തന്റെ സദനത്തിൽ എത്തിയ ഡാർവിനെ കാത്തിരുന്നത് പ്രൊഫ. ഹെൻസ്ലോവിന്റെ ക്ഷണക്കത്തായിരുന്നു. ചാൾസ് ഡാർവിന്റേത് മാത്രമല്ല ലോകത്തിന്റെ ഭാഗധേയം മാറ്റിമറിച്ച ഒരു ക്ഷണക്കത്ത്! ബീഗിൾ എന്ന കപ്പൽ, തെക്കെ അമേരിക്കയിലേക്കും പസഫിക് ദ്വീപസമൂഹങ്ങളിലേക്കുമുള്ള പര്യവേക്ഷണയാത്രയ്ക്ക് ഒരുങ്ങിനിൽക്കുകയാണെന്നും, അതിലേക്കായി യുവനിരീക്ഷകൻ അഥവാ ഗവേഷകൻ എന്ന നിലയിൽ ചാൾസ് ഡാർവിന്റെ പേര് നിർദേശിക്കപ്പെട്ടിട്ടുണ്ടെന്നും ആയിരുന്നു ആ ക്ഷണക്കത്തിന്റെ ഉള്ളടക്കം. കത്തു വായിച്ചമാത്രയിൽ അതിയായ സന്തോഷം തോന്നി ചാൾസിന്. ആഗ്രഹിച്ച മണ്ഡലത്തിൽ, അൽപ്പം സാഹസികതയോടെ പ്രവർത്തിക്കാൻ കിട്ടിയ വലിയൊരു അവസരം! ഉടൻതന്നെ ഹെൻസ്ലോവിനെ തന്റെ സമ്മതം അറിയിക്കണമെന്നു തോന്നി.

അടുത്തനിമിഷം, തന്റെ മനസിലേക്ക് കടന്നുവന്ന ചിന്തകൾ ഡാർവിനെ അക്ഷരാർഥത്തിൽ ഞടുക്കി! പിതാവ് ഡോ. റോബർട്ടിന് പറയാനുള്ളത് എന്തായിരിക്കും? അദ്ദേഹം ഈ യാത്രയ്ക്ക് സമ്മതിക്കുമോ? കഴിഞ്ഞ കാലങ്ങളിലെ ചാൾസിന്റെ അനുഭവങ്ങൾക്കു പറയാനുള്ളത് നഷ്ടത്തിന്റെ കഥകൾ മാത്രമല്ലേ ഉള്ളൂ. കുടുംബപാരമ്പര്യവും പ്രൗഢിയും നിലനിർത്തുന്നതിനാണല്ലോ ഡാർവിനെ എഡിൻബറോയിലെ മെഡിക്കൽസ്കൂളിൽ അയച്ചത്. അവിടെ പരാജയപ്പെട്ടതിനാലാണല്ലോ മറ്റൊരു പ്രൗഢമായ ജോലി എന്ന നിലയ്ക്ക് വൈദികപട്ടത്തിനായുള്ള പഠനത്തിനയച്ചത്. അതും പൂർത്തീകരിക്കാതെയാണല്ലോ ഇപ്പോൾ 'ബീഗിൾ' യാത്രയ്ക്കൊരുങ്ങുന്നത്. ചാൾസ് ആകെ ആശയക്കുഴപ്പത്തിലായി. എന്നിരുന്നാലും പിതാവിനെ കണ്ട് കാര്യം ഉണർത്തിച്ചു. സ്വാഭാവികമായി, ഡാർവിൻ കരുതിയതുപോലെതന്നെ പിതാവിന്റെ ശകാരം ആയിരുന്നു ഫലം. 'സാമാന്യ ബുദ്ധിയുള്ള ഒരാൾ ശുപാർശ ചെയ്യട്ടെ, ഞാൻ ബീഗിൾ യാത്രയ്ക്ക് അനുവദിക്കാം' എന്നായി ഡോ. റോബർട്ട്. പിതാവുമായി സംസാരിച്ചശേഷം ഡാർവിൻ നേരെപോയത് മാതൃഗൃഹത്തിലേക്കാണ്. അവിടെ അമ്മാവൻ ജോസയ വെഡ്ജ്വുഡ് ഉണ്ടല്ലോ, ചാൾസിനെ വാത്സല്യപൂർവം നോക്കിക്കാണുന്ന ആൾ. 'ബീഗിൾ യാത്രയെ'ക്കുറിച്ച് (അമ്മാവൻ) ജോസയയുടെ പ്രതികരണം സ്വപിതാവിന്റേതിൽനിന്നും തികച്ചും വ്യത്യസ്തമായിരുന്നു എന്നത് ചാൾസിനെ സന്തുഷ്ടനാക്കി. ഇരുകൈകളും നീട്ടി സന്തോഷപൂർവം സ്വീകരിക്കേണ്ടുന്ന ഒന്നാണ് 'ബീഗിൾയാത്ര'യ്ക്കു കിട്ടിയ അവസരം എന്നായിരുന്നു ജോസയയുടെ അഭിപ്രായം. കൂടാതെ ഡാർവിന്റെ അച്ഛനിൽനിന്നും യാത്രയ്ക്ക് അനുവാദം വാങ്ങുവാനുള്ള സഹായവും അദ്ദേഹം വാഗ്ദാനം ചെയ്തു. ജോസയയുടെ വാദഗതിക്കും എതിരായി ഡോ. റോബർട്ടിന് ഒന്നുംതന്നെ പറയുവാനുണ്ടായിരുന്നില്ല. അദ്ദേഹം 'ബീഗിൾ'യാത്രയ്ക്ക് സമ്മതംമൂളി.

അങ്ങനെ ഒരു നീണ്ട കപ്പൽ യാത്രയ്ക്ക് തയാറെടുക്കുകയായി ഡാർവിൻ. പക്ഷേ, കടമ്പകൾ എന്നിട്ടും തീർന്നില്ല. 'ബീഗിളി'ന്റെ കപ്പിത്താനായി നിയോഗിക്കപ്പെട്ടിരുന്നത് ക്യാപ്റ്റൻ ഫിറ്റ്സ്റോയ് ആയിരുന്നു. ഒരു തികഞ്ഞ യാഥാസ്ഥിതികനും അതുകൊണ്ടുതന്നെ, കൺസർവേറ്റീവ് പാർട്ടിയുമായി സുദൃഢബന്ധവും ഉള്ളയാൾ. അദ്ദേഹത്തിന് പൂർണമായി 'ബോധിച്ചെങ്കിൽ' മാത്രമെ ഡാർവിന്റെ കപ്പൽയാത്ര യാഥാർഥ്യമാവൂ. (തെരഞ്ഞെടുപ്പുവേളയിൽ ആകാരവും 'മുഖലക്ഷണവു'മൊക്കെ അദ്ദേഹം ശ്രദ്ധിക്കുമെന്നായിരുന്നു അന്ന് കേൾവി). 1831-ാമാണ്ട് സെപ്റ്റംബർ അഞ്ചാം തീയതി ഡാർവിൻ ലണ്ടൻ നഗരത്തിലെത്തി, ക്യാപ്റ്റൻ ഫിറ്റ്സ്റോയ്ക്ക് ചാൾസ് ഡാർവിൻ എന്ന യുവനിരീക്ഷകനെ ഇഷ്ടപ്പെടുവാൻ കഴിഞ്ഞില്ല (ഡാർവിന്റെ മൂക്ക് അദ്ദേഹം 'പ്രതീക്ഷിച്ചതിലും' ചെറുതായിരുന്നുവത്രെ. മൂക്കിന്റെ ആകൃതിയും വ്യക്തിയുടെ സ്വഭാവവും തമ്മിൽ വലിയ ബന്ധമുണ്ടെന്ന് ഫിറ്റ്സ്റോയ് വിശ്വസിച്ചിരുന്നു). എങ്കിലും കപ്പൽയാത്രയിൽ ഡാർവിൻ പ്രദർശി

പ്പിച്ച ഉത്സാഹം ഫിറ്റ്സ്റോയിയെ കീഴടക്കി. അങ്ങനെ ബീഗിൾ യാത്രയ്ക്കൊരുങ്ങിനിൽക്കുന്ന എഴുപതുപേരോളംവരുന്ന സംഘത്തിൽ ഡാർവിനും അംഗമായി. മാസങ്ങളോളം അഥവാ വർഷങ്ങളോളം തനിക്ക് ആതിഥ്യമരുളാൻ തയാറായിക്കിടക്കുന്ന 'ബീഗിളിനെ' ഒരുനോക്കു കാണുക എന്നതായിരുന്നു അടുത്ത ലക്ഷ്യം. അതിനായി ഡാർവിനും ഫിറ്റ്സ്റോയിയും പ്ലിമത്ത് എന്ന സ്ഥലത്തെത്തി, ബീഗിളിനെ കൺകുളിർക്കെ കണ്ടു. അത്രവലിയ ഒരു കപ്പലൊന്നുമായിരുന്നില്ല ബീഗിൾ. ഏകദേശം 27 മീറ്റർ നീളം. ഇതിൽ വേണം 70 ൽപ്പരം വരുന്ന ഒരുസംഘം മുഴുവൻ മാസങ്ങളോളം ഒന്നിച്ചുകഴിയാൻ! ലോകം മുഴുവൻ ഒന്നു വലംവെക്കാൻ! പൊതുവിൽ ബീഗിളിനെ ഡാർവിന് ഇഷ്ടമായി. കടലിൽ യാത്രചെയ്യുമ്പോഴുണ്ടാകുന്ന 'കടൽച്ചൊരുക്കി'നെക്കുറിച്ചൊന്നും ചാൾസ് ചിന്തിച്ചതേയില്ല. അനുകൂലകാലാവസ്ഥ ലഭിക്കായ്കയാൽ ബീഗിളിന്റെ യാത്ര ഏതാനും ആഴ്ചകൾ താമസിച്ചത് ഡാർവിനെ വ്യാകുലപ്പെടുത്തി. കൂനിന്മേൽ കുരുവെന്നോണം, തന്റെ കയ്യിൽ പ്രത്യക്ഷപ്പെട്ട കുമിളപോലത്തെ വ്രണവും അദ്ദേഹത്തെ അലട്ടിക്കൊണ്ടിരുന്നു. ഏതായാലും എല്ലാ വിഷമങ്ങൾക്കും വിരാമമിട്ടുകൊണ്ട് 1831ലെ ക്രിസ്തുമസ് കഴിഞ്ഞ് രണ്ടാംദിവസം അതായത് ഡിസംബർ 27-ാം തീയതി ബീഗിൾ അറ്റ്ലാന്റിക് മഹാസമുദ്രത്തിലൂടെ യാത്രയായി — കേവലം 22 വയസുകാരനായ ചാൾസ് ഡാർവിൻ എന്ന യുവാവുമൊത്ത്! ബീഗിൾദൗത്യം ഡാർവിന് കടൽയാത്രയുടെ ആദ്യാനുഭവം നൽകി. തുടക്കത്തിൽ അത്ര രസകരമായിരുന്നില്ല ആ യാത്ര.

ആദ്യ ദിവസങ്ങളിലുണ്ടായ കടൽച്ചൊരുക്ക് (ഛർദി) അദ്ദേഹത്തെ വളരെ വിഷമിപ്പിച്ചിരുന്നതായി ചില വിവരണങ്ങളിൽ സ്മരിക്കുന്നു. ഒരുവേള, ഒരു ദുർബല നിമിഷത്തിൽ, കടൽയാത്ര നിർത്തി തിരികെ പോയാലോ എന്നുപോലും ചിന്തിച്ചുവത്രെ. ഏതായാലും അങ്ങനെയൊന്നും സംഭവിക്കാനിടവന്നില്ല. സധൈര്യം വർഷങ്ങളോളം നീണ്ടുനിൽക്കാനിരിക്കുന്ന ആ സാഹസികയാത്രയിൽ മനസുകൊണ്ടും ശരീരംകൊണ്ടും പൂർണമായും മുഴുകുവാൻ ഡാർവിൻ തീരുമാനിച്ചു. അറുപത്തിമൂന്നു ദിവസത്തെ കടൽയാത്രയ്ക്കുശേഷം 'ബീഗിൾ' തെക്കെ അമേരിക്കയിലെ ബ്രസീലിലെ സാൽവഡോർ തുറമുഖത്ത് എത്തി. അവിടത്തെ വനാന്തരങ്ങളിലെ കുളിർമയും പച്ചപ്പരപ്പും എല്ലാം ചാൾസിന്റെ മനംകുളിർപ്പിച്ചു. സ്വതവെ അദ്ദേഹം പ്രകൃതിസ്നേഹിയായിരുന്നല്ലൊ. തന്റെ ജീവിതത്തിൽ അങ്ങനെയൊരനുഭവം ആദ്യത്തേതായിരുന്നു. കാനനഭംഗി, ഡാർവിനിലെ കവിഹൃദയത്തെ ഉദ്ദീപിപ്പിക്കാൻ പോന്നതായിരുന്നു. അതേവരെ കണ്ടിട്ടില്ലാത്തതരം അനേകം സസ്യങ്ങൾ, ഷഡ്പദങ്ങൾ, പക്ഷികൾ, ഉരഗങ്ങൾ, മറ്റു ജീവികൾ. എല്ലാറ്റിനെയും ഡാർവിൻ സസൂക്ഷ്മം വീക്ഷിച്ചു, പഠിക്കാൻ ശ്രമിച്ചു. കഴിയുന്നത്ര 'സാമ്പിളുകൾ' ശേഖരിച്ചു. ശേഖരങ്ങളിൽ പലതരം ജീവികളോ അവയുടെ അവിശിഷ്ടങ്ങളോ ഉണ്ടായിരുന്നു — കൂടാതെ പതിനാ

ഡാർവിന്റെ ജേർണി മാപ്പ്

യിരക്കണക്കിനോ ലക്ഷക്കണക്കിനോ വർഷങ്ങൾക്കുമുൻപ് നാമാവശേഷമായ ജീവികളുടെ അവശിഷ്ടങ്ങളും അഥവാ ഫോസിലുകളും ഉണ്ടായിരുന്നു. സാൽവദോറിൽനിന്ന് അദ്ദേഹം യാത്രചെയ്തത് ബ്രസീലിലെ തന്നെ റയോഡി ജനിറോവിലേക്കായിരുന്നു; അവിടെനിന്ന് അർജന്റീനയുടെ ബ്യൂനസ് അയഴ്സിലേക്കും. പിന്നെ മഗല്ലൻ കടലിടുക്കുവഴി ആൻഡീസ് പർവതനിരയുടെ താഴ്വാരത്തിലെത്തി. വ്യത്യസ്തതയും ആശ്ചര്യവും നിറഞ്ഞ പലതരം ജീവികളേയും (മത്സ്യങ്ങൾ, ഞണ്ടുവർഗങ്ങൾ, ഷഡ്പദങ്ങൾ, പുഷ്പങ്ങൾ അടക്കം) വളരെ പഴക്കംചെന്ന 'ഫോസിലു'കളെയും ശേഖരിക്കാൻ സാധിച്ചു. ഇവയെല്ലാം ശേഖരിക്കുന്നതിനോടൊപ്പംതന്നെ അവയുടെ വിവരങ്ങളും വിവരണങ്ങളും വളരെ ചിട്ടയായിത്തന്നെ ഡാർവിൻ രേഖപ്പെടുത്തിയിരുന്നു. ആൻഡീസ് താഴ്വരയിലെ പഠനത്തിനുശേഷം 'ബീഗിൾ' യാത്രയായത് ഗാലപ്പഗോസ് ദ്വീപസമൂഹങ്ങളിലേക്ക്-തെക്കെ അമേരിക്കൻ വൻകരയിൽനിന്നും ഏതാണ്ട് 1500 കി മീ പടിഞ്ഞാറ്. ശാന്തസമുദ്രത്തിലാണ് ഗാലപ്പഗോസ് ദ്വീപസമൂഹങ്ങൾ. അദ്ദേഹം സന്ദർശിച്ച സ്ഥലങ്ങളിൽ കണ്ട പല കാഴ്ചകളും ഡാർവിനെ അത്ഭുതപ്പെടുത്തി; കൂടാതെ വിചിത്രമായ കുറേ അനുഭവങ്ങളും. മോൺടെ വിഡിയോ എന്ന സ്ഥലത്ത് ഒരു 'ലഘുവിപ്ലവം' തന്നെ നേരിടേണ്ടിവന്നു. ക്യാപ്റ്റൻ ഫിറ്റ്സ് റോയിയുമൊത്ത് ഡാർവിൻ

തന്റെ തോക്കുമേന്തി എതിരാളികളോട് അടരാടേണ്ടിവന്നുവത്രെ! മറ്റൊരവസരത്തിൽ, തങ്ങളുടെ പ്രിയപ്പെട്ട 'ബീഗിൾ' ഒരു വലിയ തിരമാലയ്ക്കടിപ്പെട്ട് പോകുമോ എന്ന് തോന്നി. ഒരു സാഹസികനെപ്പോലെ ഡാർവിൻ കടലിലേക്ക് കുതിച്ചു ചാടിയാണ്, ആ കപ്പലിനെ രക്ഷപ്പെടുത്തിയത്. ഗാലപ്പഗോസിൽനിന്നും ശാന്തസമുദ്രത്തിലൂടെ വീണ്ടും പടിഞ്ഞാറോട്ട് സന്ദർശിച്ച് ന്യൂസിലാൻഡ് (അന്നത്തെ Bay of Islands) വഴി ആസ്ത്രേലിയയുടെ (അന്നത്തെ New Holland) കിഴക്കേ തീരത്തുള്ള സിഡ്നിയിലെത്തി നങ്കൂരമിട്ടു. തികഞ്ഞ മതവിശ്വാസിയായ ഫിറ്റ്സ്റോയിക്ക് പരിണാമവാദം അങ്ങേയറ്റം നിഷേധാത്മകമായ ഒന്നായിരുന്നു. അതേസമയം ഡാർവിനാവട്ടെ പരിഷ്കരണവാദികളും (ലിബറൽസ്) അടിമവ്യാപാരത്തെ എതിർക്കുന്നവരുമായ 'വിഗു'കളുടെ കൂടെയായിരുന്നു. യാഥാസ്ഥിതികത തുളുമ്പുന്ന ഫിറ്റ്സ്റോയിയുമായി ഒത്തുചേർന്ന് പോകുവാൻ ഡാർവിൻ നന്നെ പണിപ്പെട്ടിട്ടുണ്ടാവണം.

തെക്കെ അമേരിക്കയുടെ പടിഞ്ഞാറെതീരത്തുകൂടിയുള്ള യാത്രയിൽ (ആൻഡീസ് പർവതത്തിലേക്കുള്ള യാത്രാമധ്യേ) പ്രകൃതിയെക്കുറിച്ച്, അതിൽ നിമ്ഗനമായിക്കിടക്കുന്ന ശക്തികളെക്കുറിച്ച് കൂടുതൽ ചിന്തിക്കുവാനും അപഗ്രഥിക്കുവാനും ഡാർവിനു കഴിഞ്ഞു. ആൻഡീസ് പർവതത്തിന്റെ മുകളിൽ നിരനിരയായി കിടന്ന പുറംതോടുകളുടെ (Shell) ഫോസിലുകൾ ഡാർവിനെ തികച്ചും ആശ്ചര്യപ്പെടുത്തി. തെക്കെ അമേരിക്കയിലെ തന്നെ ചിലിയിൽ നങ്കൂരമിട്ടിരിക്കെ ഒരു അഗ്നിപർവതം പൊട്ടുന്നത് നേരിൽ കാണുവാനുള്ള 'ഭാഗ്യം' അദ്ദേഹത്തിന് സിദ്ധിക്കുകയുണ്ടായി. ഡാർവിന്റെ തന്നെ വിവരണത്തിൽ, 'ജ്വലിക്കുന്ന താരകം പോലെ' എന്നാണ് ആ സ്ഫോടനത്തെക്കുറിച്ച് രേഖപ്പെടുത്തിയിരിക്കുന്നത്. താമസിയാതെ തന്നെ, ചിലിയിൽവെച്ചുണ്ടായ സാമാന്യം ഭീമാകാരമായൊരു ഭൂകമ്പത്തിന് സാക്ഷ്യംവഹിക്കാനുള്ള 'മറ്റൊരു ഭാഗ്യ'വും ഡാർവിന് സിദ്ധിച്ചു. 'കൺസപ്സിയോ' എന്ന ചെറുപട്ടണത്തെ പാടെ നശിപ്പിക്കാൻ പോന്നതായിരുന്നു ആ ഭൂകമ്പം; തന്നെയുമല്ല, കരയുടെ ആകൃതിയും പ്രകൃതവും അപ്പാടെ മാറിപ്പോയി. മുൻപ് ഇതുപോലൊരു ഭൂകമ്പത്തിൽ അതുവരെ വെള്ളത്തിനടിയിലായിരുന്ന പാറക്കൂട്ടങ്ങൾക്ക് സ്ഥാനഭ്രംശം സംഭവിച്ച് ജലനിരപ്പിനു മുകളിലായിത്തീർന്ന വിവരം തദ്ദേശവാസികളിൽനിന്നും ഡാർവിന് ഗ്രഹിക്കാൻ കഴിഞ്ഞു. ജലനിരപ്പിൽനിന്നും ഉയർന്നുനിൽക്കുന്ന പാറക്കെട്ടുകളിൽ ഞാന്നുകിടക്കുന്ന ചിപ്പികൾ ഫിറ്റ്സ്റോയിയും ശ്രദ്ധിച്ചു. "വർഷങ്ങൾക്കുശേഷം 'ഫോസിലുകളാകാൻ' തയാറായിക്കിടക്കുന്ന ചിപ്പികൾ!" ഡാർവിൻ തന്റെ ഡയറിക്കുറിപ്പിൽ രേഖപ്പെടുത്തി. 'ഫോസിലു'കളുടെ സാന്നിധ്യം നൂറ്റാണ്ടുകൾക്കു മുൻപുതന്നെ മനുഷ്യന്റെ ശ്രദ്ധയിൽ പതിഞ്ഞിരുന്നു. 'ആശ്ചര്യം ജനിപ്പിക്കുന്ന പാറകൾ' എന്നത്രെ ആദ്യകാലങ്ങളിൽ ഫോസിലുകൾ വിശേഷിപ്പിക്കപ്പെട്ടത്. കാലാകാലങ്ങളിൽ 'ഫോസിലുകളുടെ' പ്രാധാന്യത്തെക്കുറിച്ചും അതിന്റെ പ്രസക്തിയെക്കുറിച്ചുമുള്ള

ധാരണകൾ മാറിയും മറിഞ്ഞുംകൊണ്ടിരുന്നു. 15-ാം നൂറ്റാണ്ടിൽ ലിയനാർഡൊ ഡാവിൻഞ്ചി ഫോസിലുകളെ സൂക്ഷ്മപരിശോധനയ്ക്ക് വിധേയമാക്കിയിരുന്നു. വർഷങ്ങൾക്കുമുൻപു ജീവിച്ചിരുന്നവയുടെ പ്രതിരൂപമാണ് ഫോസിലുകൾ എന്നദ്ദേഹം അഭിപ്രായപ്പെട്ടിരുന്നുവെങ്കിലും അതിനു വലിയ പ്രചാരം സിദ്ധിച്ചില്ല. 19-ാം നൂറ്റാണ്ടിൽപ്പോലും ഫോസിലുകൾ ചെകുത്താന്റെ സൃഷ്ടിയായി കരുതിയിരുന്നവർ ധാരാളം. ക്രമേണ മുൻപുണ്ടായിരുന്ന ജീവികളുടെ അവശിഷ്ടമായി ഭൗമശാസ്ത്രജ്ഞന്മാർ, ഫോസിലുകളെയും അവയുടെ പ്രാധാന്യത്തെയും തിരിച്ചറിഞ്ഞെങ്കിലും പരിണാമവുമായി എങ്ങനെ അവ ബന്ധപ്പെട്ടിരിക്കുന്നുവെന്ന് കൃത്യമായ ധാരണ ഉണ്ടായിരുന്നില്ല. ഈയൊരു സാഹചര്യത്തിലാണ് ഡാർവിന്റെ 'ബീഗിൾ' യാത്ര.

അതുവരെ കണ്ടെത്തിയിരുന്നവയെല്ലാം അകശേരുക്കളായ (Invertebrates) ചെറിയ ജീവികളുടെ ഫോസിലുകളായിരുന്നു. എന്നാൽ ഡാർവിൻ നടത്തിയ പര്യവേക്ഷണത്തോടുകൂടി കൂടുതൽ ഫോസിലുകൾ അറിയപ്പെടുകയും അവയെക്കുറിച്ച് നിലനിന്നിരുന്ന പല സംശയങ്ങളും ദൂരീകരിക്കപ്പെടുകയും ചെയ്തു. അർജന്റീനയിൽവെച്ച് അദ്ദേഹം രാക്ഷസീയവും ഭീമാകാരവുമായ ജീവികളുടെ 'ശവപ്പറമ്പ്' കാണുവാനിടയായി. ഫോസിലുകളെക്കുറിച്ച് ഏറ്റവുമധികം വിവരങ്ങളും ശരിയായ സാമ്പിളുകളും ശേഖരിക്കാൻ കഴിഞ്ഞ ഒരു അവസരമായിരുന്നു അത്. 'മെഗാതീറിയം' എന്ന ജീവികളുടെ എല്ലുകളായിരുന്നു ഡാർവിന് ഇവിടെനിന്നു ലഭിച്ച ഫോസിലുകളിൽ ആദ്യത്തേത്. ഭീമാകാരനായ ഈ ജീവിയുടെ (20 അടി നീളവും അഞ്ചുടൺ ഭാരവും) പ്രധാന ആഹാരം ഇലകളായിരുന്നു. ഇതിന്റെ ഉയരം വൃക്ഷച്ചില്ലകളിൽ എത്തിപ്പിടിച്ച് ആഹാരസമ്പാദനത്തിന് സഹായകമായിരുന്നു. 'മെഗാതീറിയം' പോലെതന്നെ സസ്യഭുക്കുകളുടെ 'ബഗലോണിക്സ്' എന്ന ജീവിയുടേതായിരുന്നു അടുത്തതായി കണ്ടെത്തിയ എല്ലിൻകഷണങ്ങൾ. പിന്നെ കണ്ടുസ്കെലിഡോതീറിയം എന്ന ജീവിയുടേത്. അതിന്റെ പിന്നാലെ ടോക്സൊഡൺ. ഇങ്ങനെ എല്ലിൻകഷണങ്ങളുടെ, തലയോട്ടിയുടെ, പല്ലുകളുടെ ഒരു നീണ്ട നിരതന്നെ കണ്ടെത്തി. ഇവയിലേറെയും ലഭിച്ചത് അർജന്റീനയിൽനിന്നാണെന്നു പറയാം, അർജന്റീനയിലെ

മെഗാതീറിയത്തിന്റെ അസ്ഥികൂടം

ബ്യൂണസ് അയഴ്സിൽനിന്നും ഏകദേശം 500 മൈലുകൾക്കപ്പുറത്തുള്ള സെയിന്റ്ഫെ എന്ന കൊച്ചുപട്ടണത്തിലേക്കുള്ള യാത്രാമധ്യേ. തലേന്ന് രാത്രി മുഴുവൻ സഞ്ചരിച്ച് ഒക്ടോബർ ഒന്നിന് രാവിലെ ഡാർവിനും കൂട്ടരും സലാഡില്ലോ എന്നുപേരായ നദിയുടെ സമീപത്തെത്തി. ആ ദിവസം മുഴുവൻ ഫോസിലുകൾക്കുവേണ്ടിയുള്ള തിരച്ചിലിൽ ഏർപ്പെട്ടു. ടോക്സൊഡൺ എന്ന ജീവിയുടേത് കൂടാതെ, ആനയുടെ മുൻഗാമിയായ മാസ്റ്റഡോണിന്റെ ഒരു പല്ലുകൂടി ലഭിച്ചു. അവശിഷ്ടങ്ങളെക്കുറിച്ച് ഡാർവിനോടൊപ്പമുണ്ടായിരുന്ന സ്ഥലവാസികൾക്ക് അറിയാമായിരുന്നെങ്കിലും, ഇവ ഏതുതരം ജീവിയുടേതെന്ന് വ്യക്തമായ ധാരണ അവർക്കുണ്ടായിരുന്നില്ല.

സെയിന്റ്ഫെക്കുള്ള യാത്രാമധ്യേ ഡാർവിനും കൂട്ടരും ഒരു സ്ഥലത്ത് തങ്ങി. ഫോസിൽപരമായി മാത്രമല്ല, ഭൗമശാസ്ത്രപരമായും വളരെ വിലപ്പെട്ട വിവരങ്ങൾ ശേഖരിക്കുകയുണ്ടായി. ബ്യൂണസ് അയഴ്സിനടുത്തുള്ള 'പാംപാസ്' എന്ന ഭൂതലത്തെക്കുറിച്ച്, അതിന്റെ ഉത്ഭവത്തെക്കുറിച്ച്, അത് ഇന്നത്തെ നിലയിൽ എങ്ങനെ രൂപാന്തരപ്പെട്ടു എന്നതിനെക്കുറിച്ച് (അഥവാ Pampean Formation), വളരെ വിശദമായ ഒരു പഠനത്തിന് ഈ ദിവസങ്ങൾ അദ്ദേഹം വിനിയോഗിച്ചു. 'പാംപസ്' ഭൂതലത്തിൽനിന്നും പണ്ടെങ്ങോ മൺമറഞ്ഞുപോയ കക്കകളുടെയും ചിപ്പികളുടെയും അവശിഷ്ടങ്ങൾ (ഫോസിൽ) മണ്ണിന്റെ പലതരം സാമ്പിളുകൾ എന്നിവ ഡാർവിൻ ശേഖരിച്ചുവച്ചു. കൂടാതെ സമുദ്രനിരപ്പിൽനിന്നും ഉയർന്നുനിൽക്കുന്ന പാംപസ് ഭൂതലത്തെക്കുറിച്ച് വിശദമായ പഠനം നടത്തുവാനും ഡാർവിൻ തന്റെ സമയം വിനിയോഗിച്ചു. സമുദ്രനിരപ്പിൽനിന്നും ഉയർന്നുനിൽക്കുന്ന പാംപസ് ഭൂതലം ഒരുകാലത്ത് കടലിന്റെ ഭാഗമായിരുന്നു എന്നും, പിൽക്കാലത്ത് കരയിൽനിന്ന് ഒഴുകിവന്നടിഞ്ഞ ചെളിനിറഞ്ഞ സ്ഥലമായിയെന്നും, വീണ്ടും മണ്ണുനിറഞ്ഞ് ഇന്നത്തെ നിലയിലുള്ള ഉയർന്ന ഒരു ഭൂതലമായി എന്നും ഡാർവിൻ കണ്ടെത്തി. ഈ പ്രക്രിയയ്ക്കിടയിൽ, പല കാലങ്ങളിലായി, ചെളിയോടൊപ്പം വന്നടിഞ്ഞ ചിപ്പികളും മറ്റും ഡാർവിൻ കണ്ടെത്തുകയും അവയിൽ പ്രധാനമായവ തന്റെ ശേഖരങ്ങളുടെ കൂട്ടത്തിൽ ഉൾപ്പെടുത്തുകയും ചെയ്തു. ഡാർവിന്റെ പ്രസ്തുത നിഗമനങ്ങൾ, പിൽക്കാലത്ത് d' Orbigny എന്ന ശാസ്ത്രജ്ഞനും തന്റെ പഠനത്തിലൂടെ ശരിവയ്ക്കുകയുണ്ടായി. തുടർന്നുള്ള പര്യവേക്ഷണത്തിൽ ടോക്സഡോൺ, മാസ്റ്റഡോൺ എന്നിവയുടേതു കൂടാതെ ഒരു കുതിരയുടെ പല്ലും ഡാർവിന് ലഭിച്ചു. മറ്റെല്ലാ ഫോസിലുകളെക്കാൾ ഡാർവിനെ ആകർഷിച്ചത് കുതിരയുടെ പല്ലായിരുന്നു. 15-ാം നൂറ്റാണ്ടിൽ സ്പെയിൻകാരുടെ ആഗമനത്തോടെയാണ് കുതിരകൾ അമേരിക്കൻ വൻകരയിലെത്തിയതെന്നായിരുന്നു, അന്നുവരെ നിലനിന്നിരുന്ന വിശ്വാസം. ഈ വിശ്വാസത്തെ തകർക്കുന്നതായിരുന്നു ഡാർവിന്റെ ഈ കണ്ടെത്തൽ. സ്പാനിഷ് കോളനികൾ അമേരിക്കയിൽ സ്ഥാപിക്കുന്നതിനെത്രയോ ലക്ഷം വർഷങ്ങൾക്കുമുൻപുതന്നെ 'അമേ

രിക്കക്കാരായ' കുതിരകൾ ജീവിച്ചിരുന്നു; പിന്നീട് എന്തോ ചില കാരണങ്ങളാൽ - ഭൗമശാസ്ത്രപരമായ കാരണമാവാം- അവ അപ്രത്യക്ഷമാവുകയാണുണ്ടായത്. പിൽക്കാലത്ത് ലൈൽ എന്ന ശാസ്ത്രജ്ഞൻ വടക്കെ അമേരിക്കയിൽനിന്നും മുൻപ് ജീവിച്ചിരുന്ന ഒരു കുതിരയുടെ പല്ല് കണ്ടെത്തി എന്നതും ഡാർവിന്റെ നിഗമനത്തിന് പിന്തുണയേകുന്നു - ഫോസിൽ പഠനങ്ങളോടനുബന്ധിച്ച്, ഭൗമശാസ്ത്രപരമായ ചില നിരീക്ഷണങ്ങളും ഡാർവിൻ നടത്തുകയുണ്ടായി. ഭൗമശാസ്ത്രത്തിൽ അവഗാഹമുണ്ടായിരുന്ന വ്യക്തിയായിരുന്നു ഡാർവിൻ എന്ന് മുൻപ് സൂചിപ്പിച്ചുവല്ലോ. ഭൗമശാസ്ത്രവും ജീവശാസ്ത്രവും ഒരുമിച്ച് ചേർന്നുള്ള തന്റെ പഠനത്തിലൂടെ അറിവിന്റെ ഒരു നൂതന അധ്യായംതന്നെ തുറക്കാൻ ഡാർവിന് കഴിഞ്ഞു. അമേരിക്കൻ ഭൂഖണ്ഡത്തിൽനിന്നും ലഭിച്ച ഫോസിലുകൾ താരതമ്യപ്പെടുത്തിയപ്പോൾ, അവിടെ വസിച്ചിരുന്ന ജീവികളും അവയുടെ കാലയളവുമായി തട്ടിച്ചു നോക്കിയപ്പോൾ ഇന്നത്തെ തെക്കെ - വടക്കെ അമേരിക്കൻ ഭൂഖണ്ഡങ്ങൾ മുൻപൊരു കാലത്ത് ഒരു വൻകരയായിരുന്നെന്നുള്ള നിഗമനത്തിലെത്തിച്ചേരുകയാണുണ്ടായത്. ഏകദേശം ലക്ഷം വർഷംമുൻപ് ആയിരിക്കണം ഇവ രണ്ടു വൻകരകളായി മാറിയത് എന്നാണ് ഡാർവിന്റെ നിഗമനം. അക്കാലത്ത് അവിടെ കുതിര, ആന, മാസ്റ്റഡോൺ എന്നിവ ജീവിച്ചിരുന്നതായി തെളിവുകൾ സൂചിപ്പിക്കുന്നു. അമേരിക്കൻ വൻകരയുടെ - പ്രത്യേകിച്ച് വടക്കേ അമേരിക്കയുടെ കാലാവസ്ഥ ഏഷ്യയുടേതിനോട് വളരെ സാമ്യമുള്ളതായിരുന്നു എന്നതിനും തെളിവുകൾ കാണുന്നു.

ഭൗമശാസ്ത്രവും ജീവശാസ്ത്രവും സമന്വയിപ്പിച്ചുകൊണ്ടുള്ള പ്രസ്തുത പഠനങ്ങളും അതിനെത്തുടർന്നുണ്ടായ നിഗമനങ്ങളും, അതുവരെ നിലനിന്നിരുന്ന പല വിശ്വാസങ്ങളേയും തകിടംമറിക്കുന്നതായിരുന്നു. ഭൂമിക്ക് ഏകദേശം 5000 വർഷത്തെ പഴക്കമേയുള്ളു എന്നായിരുന്നു 19-ാം നൂറ്റാണ്ടുവരെ വിശ്വസിച്ചുപോന്നിരുന്നത്. ലക്ഷോപലക്ഷം വർഷം പഴക്കംചെന്നതാണ് നാം വസിക്കുന്ന ഭൂമി എന്നതിന് ഡാർവിന്റെ 'ബീഗിൾ' യാത്രയോടുകൂടി ശാസ്ത്രീയമായ അടിത്തറ ലഭിച്ചു. ഭൂമിയുടെ ചരിത്രത്തിൽ ഒരിക്കൽ ഒരു വലിയ പ്രളയം ഉണ്ടായി എന്നും, ആ പ്രളയത്തിൽ ഭൂരിഭാഗം ജീവികളും ചത്തൊടുങ്ങിയെന്നും, എവിടെനിന്നോ ദേവദൂതൻ 'നോഹ' പ്രത്യക്ഷപ്പെട്ട് 'പാപം ചെയ്യാത്തവരെ' മാത്രം രക്ഷിക്കുകയും അങ്ങനെ രക്ഷിച്ചവരുടെ പിൻഗാമികളാണ് ഇന്ന് ഭൂമിയിൽ വസിക്കുന്നതെന്നുമായിരുന്നു അക്കാലത്ത് നിലനിന്നിരുന്ന വിശ്വാസം. ഭൂമിയിൽ പണ്ടുണ്ടായിരുന്ന പല ജനുസുകളും സ്പീഷീസുകളും അസ്തമിച്ചത്, അഥവാ പാടെ അപ്രത്യക്ഷമായത് ഈ പ്രളയത്തോടെയാണെന്നായിരുന്നു മുൻപത്തെ വിശ്വാസം.

ഭൂതലത്തിലാകെ കഴിഞ്ഞ കോടാനുകോടി വർഷങ്ങൾക്കുള്ളിൽ, പല ഭാഗങ്ങളിലായി, പലപ്പോഴായി ഗണ്യമായ തോതിൽ മാറ്റങ്ങളുണ്ടായതായി ഡാർവിന്റെ പഠനം വെളിപ്പെടുത്തി. കര മാറി കടലായതും, കടൽ

മാറി കരയായതും, നിലവിലുള്ള കരയുടെ ഭാഗങ്ങൾ മണ്ണിടിഞ്ഞതുമൂലം കൂടുതൽ ഉയരത്തിലുള്ള പീഠഭൂമിയായതും എല്ലാം ഇത്തരത്തിലുള്ള മാറ്റങ്ങളിൽപ്പെടുന്നു. ഭൂതലം ഇത്തരം മാറ്റങ്ങൾക്കു വിധേയമാവുമ്പോൾ ജീവജാലങ്ങൾ കൂട്ടത്തോടെ ചത്തൊടുങ്ങുക സാധാരണംമാത്രം. കാലാകാലങ്ങളിലായി ഭൂതലങ്ങളിലുണ്ടായ ഇത്തരം മാറ്റങ്ങളും തൽഫലമായി ചത്തൊടുങ്ങുന്ന ജീവികളുംചേർന്ന് മണ്ണിന്റെ അഥവാ മണ്ണുറച്ച് പാറകളുടെ പല പാളികൾ (layers) രൂപാന്തരപ്പെടുകയും ചെയ്യുന്നു. (ലക്ഷക്കണക്കിന്) വർഷങ്ങൾക്കുശേഷം ഇത്തരം 'പാളി'കൾ ഫോസിലുകളുടെ മികച്ച ശേഖരമായി രൂപാന്തരപ്പെടുന്നു. ഫോസിലുകളെക്കുറിച്ചുള്ള ധാരണ ഡാർവിനു മുൻപെതന്നെ രൂപാന്തരപ്പെട്ടിരുന്നു. എങ്കിലും, പരിണാമപ്രക്രിയയുമായി ബന്ധപ്പെടുത്തിയുള്ള ഒരു ശാസ്ത്രീയവിശകലനം ഈ വിഷയത്തിൽ നടത്തിയവരിൽ മുഖ്യൻ ഡാർവിൻതന്നെ. ജീവികളുടെ 'കൂട്ടനാശ'ത്തെക്കുറിച്ച് പറയുമ്പോൾ ഡാർവിൻ തന്റെ ഡയറിക്കുറിപ്പിൽ വിവരിച്ച ഒരു സംഭവം ഇവിടെ സൂചിപ്പിക്കട്ടെ. അർജന്റീനയിലെ (തെക്കെ അമേരിക്ക) ഡ്യൂണസ് അയഴ്സിലെ ഒരു വലിയ വേനൽക്കാലത്തെക്കുറിച്ച് ഡാർവിൻ ഇങ്ങനെ രേഖപ്പെടുത്തുന്നു:

> 1827 മുതൽ 1830 വരെയുള്ള ഒരു നീണ്ട വേനൽ! ജലദൗർലഭ്യം മൂലം എല്ലാ ജലാശയങ്ങളും വറ്റിവരണ്ടു എന്നു മാത്രമല്ല, ആ ദേശം മുഴുവൻ മരുഭൂമിയിലെ ഒരു വലിയ — ശ്മശാനം പോലെയായി. ധാരാളം പക്ഷികളും മറ്റു ജന്തുക്കളും ചത്തുവീണ ഒരു വലിയ ശ്മശാനം. ഈ കാലഘട്ടത്തിൽ അന്നാട്ടിൽ ചത്തുവീണ പശുക്കളുടെ എണ്ണം — പത്തു ലക്ഷത്തിനുമേലേ! വേനൽക്കാലം കഴിഞ്ഞപ്പോഴേക്കും ഒറ്റ ജീവിപോലും അവിടെ അവശേഷിച്ചില്ല! പതിനായിരക്കണക്കിന് ജന്തുക്കൾ ഈ കൊടുംവേനലിൽനിന്ന് രക്ഷപ്പെടുന്നതിനായി, അവിടെനിന്ന് ഇഴഞ്ഞും വലിഞ്ഞും വളരെ അകലെയുള്ള ജലാശയങ്ങളിലോ ചതുപ്പ് പ്രദേശങ്ങളിലോ അഭയം പ്രാപിക്കുവാൻ ശ്രമിക്കുകയുണ്ടായി. പക്ഷേ, ഒടുവിലവയും ചെളിയിൽ പൂണ്ട് എഴുന്നേറ്റുനിൽക്കാനാവാതെ ചത്തൊടുങ്ങുകയാണുണ്ടായത്. ഇതുപോലെ, എത്രയോ തവണ അസംഖ്യം ജീവികൾ കൂട്ടത്തോടെ ഈ ഭൂമിയിൽനിന്നും അപ്രത്യക്ഷമാവുകയും ചെയ്തിരിക്കുന്നു.

പതിനായിരമോ ലക്ഷമോ വർഷങ്ങൾക്കുശേഷം ഈ ജീവികളുടെ മണ്ണിലോ ചെളിയിലോ പൂണ്ടുപോയ എല്ലുകളോ ചിപ്പികളോ മറ്റു ശരീരഭാഗങ്ങളോ ഫോസിലുകളായി കണക്കാക്കപ്പെട്ടേക്കാം. കാലഹരണപ്പെട്ടുപോയ, മുൻപ് ഇന്ത്യയിൽ ജീവിച്ചിരുന്ന, ഒരു പശുവർഗത്തെ (ശിവതീറിയം)ക്കുറിച്ചും ഡാർവിൻ തന്റെ 'ബീഗിൾ' ഡയറിയിൽ പ്രതിപാദിക്കുന്നുണ്ട്. ഡാർവിൻ സന്ദർശിച്ച എല്ലാ സ്ഥലത്തുമുള്ള ജീവികളെക്കുറിച്ചും അവയുടെ ആഹാരരീതികളെക്കുറിച്ചും ഉള്ള ഒരു വിശദമായ

പഠനംതന്നെ അദ്ദേഹം നടത്തുകയുണ്ടായി. ശാസ്ത്രീയമായ രീതിയിലുള്ള, തികച്ചും ചിട്ടയോടുകൂടിയുള്ള നിരീക്ഷണങ്ങളുടെ അടിസ്ഥാനത്തിലാവണം തന്റെ അനുമാനങ്ങൾ എന്ന് ഡാർവിന് വളരെ നിർബന്ധമുണ്ടായിരുന്നു (അമേരിക്കൻ വൻകരകൾ തമ്മിലുള്ള ബന്ധം തന്റെ അറിവിന് തെളിവുനൽകുന്നു). ഭൗമശാസ്ത്രപരവും ജീവശാസ്ത്രപരവുമായ വസ്തുതകളെ കോർത്തിണക്കി (സമന്വയിപ്പിച്ചു) കൊണ്ടുള്ള പഠനമാണ് പരിണാമ പ്രക്രിയയെക്കുറിച്ചുള്ള വിലപ്പെട്ട വിവരങ്ങളിലേക്ക് അദ്ദേഹത്തെ നയിച്ചത് എന്ന് കാണാൻ കഴിയും. ഫോസിലുകൾ ലഭിച്ച സ്ഥലത്തിന്റെ (ഭൗമശാസ്ത്രപരമായ) പ്രത്യേകതയെക്കുറിച്ച് പഠിക്കുക എന്നത് ഡാർവിന്റെ ഒരുരീതി തന്നെയായിരുന്നു. ഭൂമിയിൽനിന്നും പാടെ അപ്രത്യക്ഷമായ ജന്തുവർഗങ്ങളുടെ അവിശിഷ്ടങ്ങൾ (ഫോസിൽ) ലഭിച്ചാലുടൻ അതിനടുത്തുള്ള മറ്റ് അവശിഷ്ടങ്ങളെക്കുറിച്ചും അവിടുത്തെ ഭൂപ്രകൃതിയെക്കുറിച്ചും വിശദമായ ഒരു വിശകലനം നടത്തുക എന്നത് അദ്ദേഹത്തിന്റെ ശൈലിയായിരുന്നു. ലഭിക്കുന്നത് സസ്തനികളുടെ അവശിഷ്ടമാണെന്നിരിക്കട്ടെ—തലയോട്ടിയുടെ ഭാഗങ്ങളോ മറ്റ് എല്ലുകളോ പല്ലുകളോ മറ്റോ ആവാം - അവയുടെ സമീപപ്രദേശത്തുള്ള കക്കകളോ മറ്റു ചെറുജീവികളോ — എന്തുമാവട്ടെ അദ്ദേഹത്തിന്റെ സൂക്ഷ്മമായ നിരീക്ഷണത്തിന് പാത്രീഭവിച്ചിരുന്നു. ചില പ്രദേശങ്ങളുടെ പ്രത്യേകസ്വഭാവം ഇത്തരം താരതമ്യപഠനത്തിന് വളരെ അനുയോജ്യമായിരുന്നു.

തെക്കെ അമേരിക്കയിൽ സ്ഥിതിചെയ്യുന്ന പാറ്റഗോണിയ എന്ന സ്ഥലത്തിന്റെ പ്രത്യേകതരത്തിലുള്ള ഭൂപ്രകൃതി ഡാർവിനെ വളരെ ആകർഷിച്ചു എന്നു മാത്രമല്ല, പരിണാമപ്രക്രിയയെക്കുറിച്ച് വിശദവിവരങ്ങൾ ലഭിക്കുന്നതിന് പാറ്റഗോണിയ ഭൂപ്രദേശം അദ്ദേഹത്തെ സഹായിക്കുകയും ചെയ്തു. ഏകദേശം 1800 കി മീറ്ററോളം ദൈർഘ്യംവരുന്ന പ്രദേശമാണ് പാറ്റഗോണിയ എന്ന പ്രത്യേകത നിറഞ്ഞ ഭൂതലമായി പരിണമിച്ചത്. അനേകലക്ഷം വർഷങ്ങൾകൊണ്ട്, ഏകദേശം എട്ട് ഘട്ടങ്ങളിലായിട്ടാവണം ഇത്തരത്തിലുള്ള ഒരു ഭൂതലം രൂപാന്തരം പ്രാപിച്ചതെന്നാണ് ഡാർവിന്റെ നിഗമനം. പാളികൾപോലെ രൂപംകൊണ്ടിട്ടുള്ള ഇത്തരം തിട്ടകൾക്ക് ചില സ്ഥലങ്ങളിൽ 950 അടിയോളം ഉയരമുണ്ടായിരുന്നു. അനേകം വർഷങ്ങളിൽ, ഇടവിട്ടിടവിട്ടുള്ള ഭൗമപ്രവർത്തനത്തിന്റെ (പ്രക്രിയയുടെ) ഫലമായിട്ടുണ്ടായ പാറ്റഗോണിയയുടെ പഠനത്തിലൂടെ, പല കാലങ്ങളിൽ ജീവിച്ചിരുന്നതും ഇന്ന് നാമാവശേഷമായതുമായ വളരെയധികം കക്കകളെക്കുറിച്ചും വ്യക്തമായ ധാരണ കൈവരിക്കുവാൻ ഡാർവിനു കഴിഞ്ഞു. എന്നു മാത്രമല്ല, പാറ്റഗോണിയയുടെ രൂപം, ഭൗമശാസ്ത്രപരമായും അതിലൂടെ ജൈവപരിണാമപരമായുള്ള നൂതനമായ അറിവുകൾ ഡാർവിന് സമ്മാനിച്ചു.

ടയറാഡെൽ ഫ്യൂഗോയും പാറ്റഗോണിയയും തമ്മിലുള്ള വ്യത്യാസം ഡാർവിന്റെ ശ്രദ്ധയിൽപ്പെട്ടു. അതോടൊപ്പംതന്നെ, അവിടെ ലഭ്യമായ ജീവികളുടെ ഗണത്തിലും ഈ വ്യത്യാസം പ്രതിഫലിച്ചിരുന്നു. പരിസര

പാറ്റഗോണിയ

ത്തിൽവരുന്ന വ്യത്യാസം എങ്ങനെ അവിടത്തെ ജീവികളുടെ തരാതരങ്ങളെ ബാധിക്കും എന്നതിന്റെ ഒരു ഉദാഹരണമായി ഡാർവിൻ അതിനെ കണക്കാക്കിപ്പോന്നു. ഈ രണ്ടു സ്ഥലങ്ങളിലും പൊതുവായി കാണപ്പെടുന്ന ഒരു ജീവിപോലും ഉണ്ടായിരുന്നില്ല എന്നതാണ് ഡാർവിനെ ആശ്ചര്യപ്പെടുത്തിയത്. ഉദാഹരണത്തിന്, തെക്കെ അമേരിക്കയുടെ തെക്കുഭാഗത്ത് സ്ഥിതിചെയ്യുന്ന ടയറാഡെൽ ഫ്യൂഗോ എന്ന സ്ഥലത്ത് അദ്ദേഹം നടത്തിയ സന്ദർശനത്തെക്കുറിച്ചുള്ള വിവരണം തന്നെയെടുക്കാം. ഈ സ്ഥലത്തു സ്ഥിതിചെയ്യുന്ന വൃക്ഷലതാദികളെക്കുറിച്ച്, പക്ഷിമൃഗാദികളെക്കുറിച്ച്, മനുഷ്യസംസ്കാരത്തെക്കുറിച്ച്, ഭൂമിശാസ്ത്രപരമായ പ്രത്യേകതകളെക്കുറിച്ച് ഇവയെല്ലാം വളരെ വിശദമായിത്തന്നെ പ്രതിപാദിക്കുന്നുണ്ട്. ഇത്തരം പഠനത്തിനായി അദ്ദേഹം സഹിച്ച കഷ്ടതകൾ വളരെയാണെന്നത് ശ്രദ്ധേയമത്രെ. ടയറാഡെൽ ഫ്യൂഗോയിലുള്ള ഒരു മലയുടെ പര്യവേക്ഷണവേളയെക്കുറിച്ച് അദ്ദേഹത്തിന്റെ കുറിപ്പ് ഇങ്ങനെ:

> ഒരു ഫെബ്രുവരിയിൽ 2600 അടി ഉയരമുള്ള Mount Taru എന്ന മല കയറുന്നതിനായി കാലത്ത് നാലുമണിക്കു പുറപ്പെട്ടു. മലയ്ക്ക് അടിവാരംവരെ ഒരു ബോട്ടിലാണ് ഞങ്ങൾ സഞ്ചരിച്ചത്, മല കയറുന്നതിന് ഏറ്റവും യുക്തമായ സ്ഥലമല്ല (ദൗർഭാഗ്യവശാൽ) ഞങ്ങൾ തെരഞ്ഞെടുത്തതെങ്കിലും, ബോട്ടിൽനിന്ന് ഇറങ്ങുന്നിടത്തുതന്നെ നിബിഡമായ വനം തുടങ്ങിയിരുന്നു. മലകയറുന്നതിന് തന്നെ വിഷമം - മുകളിൽ എത്താൻ പറ്റുമെന്ന് വിശ്വസിക്കാൻ പ്രയാസം - ഇടതൂർന്ന് നിന്നിരുന്ന വൃക്ഷങ്ങൾ നിമിത്തം അടിക്കടി വടക്കുനോക്കിയന്ത്രത്തെ ആശ്രയിക്കേണ്ടിയും വന്നു. അങ്ങു

> താഴെ, ഗർത്തങ്ങളിലേക്കു നോക്കിയാൽ, മരണം വീർപ്പുമുട്ടി നിൽക്കുന്ന മൂകത അവാച്യമത്രെ. നിബിഡവനമെങ്കിലും കാറ്റു പോലും കയറിച്ചെല്ലാൻ മടിക്കുന്ന വൃക്ഷച്ചില്ലകൾ, കടന്നു പോകുമ്പോൾ പലപ്പോഴും കാലുമുഴുവനും പൂണ്ടുപോകുന്നയത്ര ആഴത്തിലുള്ള ചെളിക്കുണ്ടുകൾ, ഇനി ഏതെങ്കിലും വൃക്ഷത്തിൽ ഒന്ന് ചാരിനിൽക്കാമെന്ന് കരുതിയാൽ അപകടം ഓടിയെത്തും. ജീർണിച്ചുറഞ്ഞുനിൽക്കുന്ന ഒരു വൃക്ഷമായിരിക്കും അത്. ഒരുവിധം മലയ്ക്കുമുകളിലെത്തി. മുകളിൽനിന്ന് ടയറാഡെൽ ഫ്യൂഗോയുടെ ഒരു ദൃശ്യം ലഭിച്ചു - അങ്ങിങ്ങായി മഞ്ഞുകൊണ്ടു മൂടപ്പെട്ട കുന്നിൻനിരകൾ, ആഴത്തിലുള്ള താഴ്‌വരകൾ കരയെ പലദിക്കിലും ഭേദിക്കുമാറ് ഓടിയെത്തുന്ന തിരമാലകൾ — ശരീരം തുളച്ചുകയറുന്നതും തണുപ്പുള്ള കാറ്റ് അധികസമയം മലകളിൽ ചിലവഴിക്കാൻ ഞങ്ങളെ അനുവദിച്ചില്ല. താഴോട്ടുള്ള ഇറക്കം താരതമ്യേന വേഗത്തിലായിരുന്നു- ശരീരഭാഗം വേഗത്തിന് ആക്കംകൂട്ടി — തെന്നിവീഴുകയും മറിയുകയും എല്ലാം താഴേക്കു തന്നെയായിരുന്നതിനാൽ അടിവാരത്തെത്താൻ വലിയ താമസം വേണ്ടിവന്നില്ല."

ഇങ്ങനെ പോകുന്നു ആ വിവരണം.

ടയറാഡെൽ ഫ്യൂഗോയിൽ കാണപ്പെട്ട ഒരു പ്രത്യേകതരം ഫംഗസിനെക്കുറിച്ച് അദ്ദേഹം ഇങ്ങനെ വിവരിക്കുന്നു. "ബീച്ചിൽ വളരുന്ന ഈ ഫംഗസ് ഒരു പ്രത്യേകതരം ജീനസ് ആണെന്ന് കരുതപ്പെടുന്നു. ഈ ഫംഗസ് അതിന്റെ ഇളംപ്രായത്തിൽ 'ഇലാസ്റ്റിക്കു' പോലെയിരിക്കുകയും, മൂപ്പെത്തുമ്പോൾ ചുരുങ്ങി അൽപ്പം കട്ടിയായി അനുഭവപ്പെടുകയും ചെയ്യുന്നു." ആ പ്രദേശത്ത് ആകമാനം കാണപ്പെടുന്ന ഈ ഫംഗസ് ആ പ്രദേശവാസികളുടെ ഏറ്റവും പ്രധാനപ്പെട്ട ഭക്ഷ്യവസ്തുവത്രെ. ഒരു ഫംഗസ് ലോകത്തൊരിടത്തുപോലും ഇത്രയും പ്രാധാന്യമർഹിക്കുന്ന ഒരു ആഹാരമായി ഉപയോഗിക്കുന്നതായി അറിവില്ലെന്നാണ് ഡാർവിന്റെ അഭിപ്രായം. ടയറാ ഡെൽ ഫ്യൂഗോയിൽ കടൽജീവികളെക്കുറിച്ചും ഡാർവിൻ വിശദമായി പഠിക്കുകയുണ്ടായി. അവയിൽ മാക്രോസിസ്റ്റിസ് എന്ന ഒരുതരം കടൽസസ്യത്തെ (KELP) കുറിച്ച് അദ്ദേഹം ഇങ്ങനെ വിവരിക്കുന്നു:

> ആഴം കുറഞ്ഞതും കൂടിയതുമായ ഭാഗങ്ങളിൽ ഏതാണ്ടൊരു പോലെ പടർന്നുകിടക്കുന്ന ഒരുതരം വള്ളികൾ (ഏകദേശം 24 ഫാതം (ഒരു ഫാതം = ആറ് അടി ആഴത്തിൽ നിന്നുകൂടി) - ആ മേഖലയിലാകമാനം ഉള്ള പാറകളിൽ അള്ളിപ്പിടിച്ചുകൊണ്ട് ജലപ്പരപ്പിനു മുകളിലായി പടർന്നുകിടക്കുന്നു. ജലോപരിതലത്തിൽ കാണപ്പെടുന്നതിനാൽ വെള്ളത്തിനടിയിൽ മുങ്ങിക്കിടക്കുന്ന പാറക്കൂട്ടങ്ങളെ ദൂരെനിന്നും തിരിച്ചറിയുവാൻ ഈ കടൽ

മാക്രോസിസ്റ്റിസ്

വള്ളികൾ സഹായിക്കുന്നു - കുറെയേറെ കപ്പലുകളെ പാറകളിലിടിച്ചു തകരുന്നതിൽനിന്നും ഈ കടൽവള്ളികൾ സഹായിച്ചിട്ടുണ്ടാവണം. ദൂരെനിന്നും അലയടിച്ചുയരുന്ന തിരമാലകൾ, ഈ കടൽവള്ളികളിൽ തട്ടി എത്രവേഗം ശാന്തരാവുന്നു! എത്രയെത്രതരം ജീവജാലങ്ങൾ, സ്പീഷീസുകൾ, ഈ കടൽവള്ളിയിൽ അഭയം തേടുന്നു! ചെറുജീവികളായ (ഏകദേശം 1-2 മില്ലിമീറ്റർ നീളം) ഹൈഡ്രകൾ, വെള്ള നിറത്തിലുള്ള 'കോറൽ' ജീവികൾ, അസീഡിയ വർഗത്തിലുള്ളവ, 'കക്ക' വർഗത്തിലുള്ള ജീവികൾ, ഞണ്ട്, ചെമ്മീൻ വർഗത്തിലുള്ളവ, സ്റ്റാർഫിഷ്, പ്ലനേറിയ, കട്ടിൽ ഫിഷ്, ഹോളോത്തുറിയ (കടൽ വെള്ളരിക്ക), അങ്ങനെ പലതും പലതും - ചുരുക്കിപ്പറഞ്ഞാൽ ഒരു ജലവനം (അക്വാട്ടിക്ക് ഫോറസ്റ്റ്) തന്നെ! ഈ കടൽവള്ളികളെ നശിപ്പിച്ചാൽ ചത്തൊടുങ്ങുന്നത് എത്രയെത്ര ജീവികളെന്നോ? അവയെ ആശ്രയിച്ചു ജീവിക്കുന്ന, ആ ഭക്ഷ്യശൃംഖലയിലെ ആയിരക്കണക്കിനുതരം ജീവികൾ വേറെയും. ഈ കടൽജീവികളെ മാത്രം ഭക്ഷണത്തിനായി ആശ്രയിച്ചു ജീവിക്കുന്ന, അനേകശതം മത്സ്യങ്ങളുമുണ്ടുപോൽ. ഒരുപക്ഷേ, ഒരു സാധാരണ നിബിഡവനം നശിച്ചാൽ ഇത്രയധികം ജീവികൾ നശിക്കില്ലെന്നു പറയാം.

ഇത്തരം ജൈവമായ അത്ഭുതങ്ങളും, ഡാർവിൻ തന്റെ യാത്രയിൽ നേരിൽ കാണുകയുണ്ടായി. ഡാർവിൻ, തന്റെ ഈ യാത്രയ്ക്കിടയിൽ ജീവികളുടെ തരാതരങ്ങൾ പഠിക്കുന്നതോടൊപ്പംതന്നെ പല സ്ഥലങ്ങളിലെയും ഊഷ്മാവും ലാറ്റിറ്റ്യൂഡും തമ്മിൽ താരതമ്യപ്പെടുത്തി പഠിക്കുകയുണ്ടായി. ലാറ്റിറ്റ്യൂഡിന്റെ മാറ്റത്തിനനുസൃതമായി ഓരോ ഇനത്തിലുള്ള ജീവികളുടെ (സ്പീഷീസുകളുടെ) വലുപ്പത്തിലുള്ള വ്യതിയാനങ്ങൾ അദ്ദേഹം വിലയിരുത്തി. തെക്കെ അമേരിക്കയുടെ സമുദ്രങ്ങളിൽ (ശാന്ത- അറ്റ്ലാന്റിക്) കണ്ടുവരുന്ന പാറ്റെല്ല, ഫിസ്സുറേലേ, കയിറ്റോൺസ്, ബാർണക്കിൾ വിഭാഗത്തിൽപ്പെട്ട ജീവികൾ ഉത്തരാർധ

ത്തിലുള്ള അതേ സ്പീഷീസുകളെക്കാൾ വലുപ്പമുള്ളതായി കണ്ടെത്തി. പരിസരവും ജന്തുക്കളുടെ ശരീരഘടനയും തമ്മിലുള്ള അനുപാതത്തിനുള്ള ഒരു ഉദാഹരണം. ഭൂതലങ്ങളിൽ കാലാകാലങ്ങളിലുണ്ടാവുന്ന മാറ്റം ഡാർവിന്റെ ശ്രദ്ധയിൽപ്പെട്ടിരുന്നു. ഇടവിട്ടിടവിട്ട് ഭൂകമ്പങ്ങളുണ്ടാവുന്ന സ്ഥലങ്ങളെ അദ്ദേഹം തിട്ടപ്പെടുത്തിയിരുന്നു. ചിലിയിലെ കമ്പാനാ പർവതത്തിന്റെ മുകൾഭാഗത്തുള്ള കല്ലുകളെ സൂക്ഷ്മമായ നിരീക്ഷണത്തിലൂടെ അദ്ദേഹം പഠിച്ചു. അവയിലെ 'വിള്ളലുകളുടെ' പ്രത്യേകത അദ്ദേഹം മനസിലാക്കി. ചില വിള്ളലുകളിൽ 'ലൈക്കൻ' എന്ന സൂക്ഷ്മ സസ്യം വളർന്നു നിൽക്കുന്നതായി കണ്ടു - ചിലവയിൽ അവ വളർച്ചയുടെ ആരംഭദശയെ പ്രാപിച്ചതായി കണ്ടു. മറ്റു ചിലവയിൽ ലൈക്കൻ ഒട്ടുംതന്നെ ഉള്ളതായി കണ്ടില്ല. കൂടാതെ കല്ലുകളുടെ അഗ്രവും അദ്ദേഹം നിരീക്ഷണത്തിന് വിധേയമാക്കുകയുണ്ടായി. ചില 'വിള്ളലുകളുടെ' അഗ്രം വളരെ മൂർച്ചയുള്ളതാണെങ്കിൽ (അടുത്ത കാലത്തുണ്ടായ വിള്ളലുകൾ എന്നർഥം), മറ്റു പല 'വിള്ളലുകളുടെ' അഗ്രം അത്ര മൂർച്ചയുള്ളതായിരുന്നില്ല (മുൻപുണ്ടായ വിള്ളലുകൾ എന്നർഥം). അതിനുശേഷം, അദ്ദേഹം, ഭൂകമ്പം തീരെ ഉണ്ടാവാത്ത വാൻഡിമെൻസ് ലാൻഡിലെ മൗണ്ട് വെല്ലിങ്ടണുമായി ഒരു താരതമ്യപഠനം നടത്തുകയുണ്ടായി. അവിടെ കല്ലുകളിലുണ്ടായ വിള്ളലുകൾ ആയിരക്കണക്കിനു വർഷങ്ങൾക്കു മുൻപുണ്ടായതായി കാണപ്പെട്ടു. കമ്പാനാ (ചിലി) പർവതം കയറുന്നതിനിടെ ഭൂതലത്തിൽ നിന്ന് ഏകദേശം 4500 അടി ഉയരത്തിലുള്ള സ്ഥലത്ത് ഇടതൂർന്ന് വളർന്നുനിന്ന ഒരുതരം പന ഡാർവിന്റെ ശ്രദ്ധയിൽപ്പെട്ടു. ഈ പന 'ചെത്തിയാൽ' അതിൽനിന്ന് ഊർന്നുവരുന്ന ദ്രാവകം കുറുക്കിയെടുത്ത് അന്നാട്ടുകാർ ഒരുതരം 'മധുരക്കുഴമ്പ്' ഉണ്ടാക്കുമത്രെ. ശരിയാംവണ്ണം ചെത്തിയെടുത്താൽ, ഇത്തരം പനയിൽനിന്നും ഏകദേശം 90 ഗ്യാലൻ (1 ഗ്യാലൻ = 4½ ലിറ്റർ) മധുരലായനി ലഭിക്കുമെന്നാണ് കണക്ക്.

ചിലിയിലെ, വളരെ ഉയരത്തിലുള്ള (ഏകദേശം 14,000-ൽപ്പരം അടി) ഒരു കുന്നിൻപ്രദേശത്ത് ധാരാളം കക്കകൾ ഉള്ളതായി അദ്ദേഹം കണ്ടു. 'ക്രട്ടേഷ്യസ്' യുഗത്തിൽ (7-14 കോടി വർഷങ്ങൾ മുൻപ്) രൂപം കൊണ്ടതാവാം ഈ കക്കകൾ എന്നദ്ദേഹം കരുതുന്നു. കക്കകളുടെ ഈ കൂട്ടം സൂക്ഷ്മമായി പരിശോധിച്ചിട്ട് അദ്ദേഹം ഇങ്ങനെ എഴുതി: "ഒരു കാലത്ത് - ക്രട്ടേഷ്യസ് യുഗത്തിൽ - കടലിന്റെ അടിത്തട്ടിൽ ഇഴഞ്ഞു നടന്നിരുന്ന ഈ കക്കകൾ (ഇന്ന് ഫോസിലുകൾ) ഇന്നിതാ കടൽനിരപ്പിനും 14,000 അടി മുകളിൽ!" ഭൂതലത്തിൽവരുന്ന ഭീമമായ മാറ്റത്തിന്റെ ഒരു ഉദാഹരണമാണ് ഡാർവിൻ നേരിൽ കണ്ടത്.

ചിലിയിലെ പർവതനിരകളിൽക്കൂടി സഞ്ചരിക്കുന്ന നേരം, പക്ഷിമൃഗാദികളിലും സസ്യങ്ങളിലും കാണുന്ന വൈവിധ്യം ഡാർവിന്റെ ശ്രദ്ധ പിടിച്ചുപറ്റി. മൂഷികവർഗത്തിലുള്ള പതിനെട്ടോളം സ്പീഷീസുകളെ അദ്ദേഹം സശ്രദ്ധം വീക്ഷിക്കുകയുണ്ടായി - അവയിൽ 13 എണ്ണം (13,000ൽപ്പരം അടി ഉയരത്തിലുള്ള) പർവതത്തിന്റെ ഒരുവശത്തും (അറ്റ്ലാന്റിക്

തീരത്തെ അഭിമുഖീകരിച്ചുകൊണ്ട്) അങ്ങേപ്പുറം (പസഫിക് സമുദ്രത്തെ അഭിമുഖീകരിക്കുന്ന) മറുവശത്തും വസിക്കുന്നവ. പർവതത്തിന്റെ ഒരു വശത്ത് വസിക്കുന്നവ മറുവശത്ത് വസിക്കുന്നവയെക്കാൾ വളരെ വ്യത്യസ്തം. ഈ വ്യത്യസ്തതയുടെ അടിസ്ഥാനം എന്തായിരിക്കും? മലയുടെ ഉയരം, അതിന്റെ ഒരു ഭാഗത്തുള്ള ജീവികൾക്ക് പരസ്പരം 'ഇടപഴകുന്നതിനു'ള്ള അവസരം നിഷേധിക്കുന്ന ഒരു തടസമായി (അഥവാ ബാരിയർ) നിൽക്കുന്നു എന്നതാവണം ഒരു കാരണം.

ചിലിയിൽ നടത്തിയ ഒരു പര്യവേക്ഷണവേളയിൽ 'ഫോസിൽ' കക്കകളെയും, ഏകദേശം ഏഴുകോടി വർഷം മുമ്പുണ്ടായിരുന്ന വൃക്ഷക്കൊമ്പുകളെ (ഫോസിൽ) ശേഖരിക്കുന്നതിനും അവയെക്കുറിച്ച് പഠനം നടത്തുന്നതിനും കഴിഞ്ഞു. സിലിഫിക്കേഷനിലൂടെ ഫോസിൽ ആയ ഏകദേശം 15 അടി ചുറ്റളവ് വരുന്ന, ഒരു വൃക്ഷത്തിന്റെ 'തടി'യെക്കുറിച്ച് അദ്ദേഹം തന്റെ 'ബീഗിൾ' യാത്രാവിവരണത്തിൽ പ്രതിപാദിക്കുന്നുണ്ട്. 'ഫിർ' (ഫിർ - ട്രൈബ്) എന്ന ഒരിനം സസ്യവർഗത്തിൽപ്പെടുന്നതത്രെ ഈ വൃക്ഷങ്ങൾ. ഏകദേശം 14 കോടി വർഷങ്ങൾക്കുമുമ്പ്, വളരെ സാധാരണമായി അവിടങ്ങളിൽ കണ്ടുവരുന്ന വൃക്ഷങ്ങളാണിവ എന്ന് കരുതപ്പെടുന്നു.

സ്വർണം, വെള്ളി, ചെമ്പ് എന്നീ ലോഹങ്ങളുടെ ഖനികൾ നിറഞ്ഞ രാജ്യമത്രെ ചിലി. 'ഈ ലോഹങ്ങൾക്കുവേണ്ടി കുഴിച്ചുനോക്കപ്പെടാത്ത ഒരിടവും ഈ രാജ്യത്തിൽ ഇല്ലെന്ന്' ഡാർവിൻ തന്റെ 'ബീഗിൾ' യാത്രാവിവരണത്തിൽ സൂചിപ്പിച്ചിരിക്കുന്നു. അതുകൊണ്ടുതന്നെ, ഫോസിലുകൾക്കായുള്ള തന്റെ അന്വേഷണത്തിൽ, പലരും അദ്ദേഹത്തെ സംശയദൃഷ്ട്യാ വീക്ഷിക്കുകയും പലതരത്തിലുള്ള ചോദ്യംചെയ്യലിന് വിധേയമാക്കുകയും ചെയ്തിട്ടുണ്ട്. ഭൂമിശാസ്ത്രത്തിലും, ഭൗമ (തത്വ) ശാസ്ത്രത്തിലും ജീവശാസ്ത്രത്തിലും അദ്ദേഹത്തിന് ഉണ്ടായിരുന്ന അവഗാഹമായിരുന്നു ഇത്തരം 'ചോദ്യം ചെയ്യലി'ൽനിന്ന് അദ്ദേഹത്തെ സംരക്ഷിച്ചുപോന്നിരുന്നത്. ഉദാഹരണത്തിന്, അഗ്നിപർവതങ്ങളുടെയും ഭൂചലനങ്ങളുടെയും നാടാണ് തെക്കെ അമേരിക്ക. ഡാർവിന്റെ പര്യവേക്ഷണയാത്രയിൽത്തന്നെ അഗ്നിപർവതസ്ഫോടനത്തിന് സാക്ഷ്യം വഹിച്ചിട്ടുണ്ട്. 'ചോദ്യം ചെയ്യലിനിടെ' ചില മറുചോദ്യങ്ങൾ അദ്ദേഹം അന്നാട്ടുകാരോട് ചോദിക്കുക പതിവായിരുന്നു. എന്താണ് ഈ അഗ്നിപർവതങ്ങൾ? ഭൂചലനങ്ങൾ ഇവിടെ ധാരാളം ഉണ്ടല്ലോ. നിങ്ങൾ ഇതുവരെ അതിന്റെ കാരണങ്ങൾ തിരക്കിയിട്ടുണ്ടോ? (പലയിടങ്ങളിലും ഭൂചലനത്തെ വളരെ ഭീതിയോടെ മാത്രമേ തദ്ദേശവാസികൾ കണ്ടിട്ടുള്ളൂ). ഇത്തരം ചോദ്യങ്ങളിലൂടെ, അവിടത്തുകാരുടെ ജിജ്ഞാസ വളർത്തുന്നതിലൂടെയാണ് അദ്ദേഹം പലപ്പോഴും 'രക്ഷപ്പെടാറുള്ളത്.'

4

ഡാർവിന്റെ ഗാലപ്പഗോസ് സന്ദർശനം

ഗാലപ്പഗോസ് ദ്വീപസമൂഹത്തെക്കുറിച്ച് അൽപ്പം. തെക്കെ അമേരിക്കയിലെ 'ഇക്വഡോർ' എന്ന രാജ്യത്തിന്റെ ഒരു പ്രോവിൻസായി കണക്കാക്കപ്പെടുന്ന വൻകരയിൽനിന്നും ഏകദേശം 1000 കി മീ പടിഞ്ഞാറ് മാറി കിഴക്കേ പസഫിക്കിൽ സ്ഥിതിചെയ്യുന്ന ദ്വീപസമൂഹം. ഭൂമധ്യരേഖ ഗാലപ്പഗോസ് ദ്വീപുകളുടെ ഏതാണ്ട് ഒത്തനടുവിലൂടെ കടന്നുപോവുന്നതിനാൽ, ഈ ദ്വീപസമൂഹങ്ങളിൽ കുറെയെണ്ണം ഉത്തരാർധത്തിലും ബാക്കി ദക്ഷിണാർധത്തിലുമായി പരന്നുകിടക്കുന്നു. ഭൂമിയുടെ ആകെ വിസ്തീർണം 8000ത്തോളം ച കി മീ വരും. ഇതിൽ പകുതിയിലേറെ വിസ്തീർണം 'ഇസബെല്ല' എന്ന ദ്വീപിന്റേതാണ് (ഇസബെല്ല രാജ്ഞി

ഗാലപ്പഗോസ് ദ്വീപുകൾ

യുടെ ഓർമയ്ക്കായി). ഇതിന്റെ വിസ്തീർണം ഏകദേശം 4600 ച കി മീ ആണ്. ഇതുകൂടാതെ, ബാൽട്രാ ബർത്തുലോമിയോ (ഒരു ബ്രിട്ടീഷ് ലഫ്റ്റനന്റിന്റെ ഓർമയ്ക്കായി), എഡ്വനോള (സ്പെയിനിന്റെ ബഹുമാനാർഥം), ഫെർനാൻഡീന (കൊളമ്പസിന്റെ യാത്ര സ്പോൺസർ ചെയ്ത ഫെർഡിനന്റ് രാജാവിന്റെ ബഹുമാനാർഥം), ഫ്ളോറിന (ഇക്വഡോർ ആദ്യരാഷ്ട്രപതിയുടെ ബഹുമാനാർഥം), ജനോവേസ (ഇറ്റലിയിലെ ജനോവ എന്ന സ്ഥലത്തെ ഓർമിപ്പിക്കുന്നു), മാർചീന, നോർത്ത് സേയ്മൂർ (ഒരു ബ്രിട്ടീഷ് മുഖ്യന്റെ ഓർമയ്ക്കായി), പിൻസോൺ, റായിദ (കൊളമ്പസ് തന്റെ മകനെ ഈ സ്കൂളിലാണ് ആക്കിയത്, തന്റെ യാത്രയ്ക്കു മുൻപേ), സാൻക്രിസ്തൊബാൻ (ചാതം), സാൻക്രൂസ്, സാന്റഫെ (സ്പെയിനിലെ ഒരു പട്ടണം), സാന്റിയാഗോ (ജയിംസ്), ഡാർവിൻ (സാക്ഷാൽ ചാൾസ് ഡാർവിന്റെ സ്മരണയ്ക്ക്), വുൾഫ് (ജർമൻ ഭൗമശാസ്ത്രജ്ഞൻ തിയോഡോർ വുൾഫിന്റെ സ്മരണാർഥം) എന്നിങ്ങനെ പോകുന്നു ഇതിലെ പ്രധാന ദ്വീപുകളുടെ പേരുകൾ.

പെറുവിലേക്കുള്ള തന്റെ യാത്രാമധ്യേ, തോമസ് സെബർലാംഗാ എന്ന സ്പെയിൻകാരനായ പനാമൻ ബിഷപ്പ് വഴിതെറ്റി ചെന്നെത്തിയ (1535 മാർച്ച് 10-ാം തീയതി)താണ് യൂറോപ്പുകാരുടെ സന്ദർശനത്തിന്റെ ആദ്യത്തെ ചരിത്രരേഖ. അതിനു മുൻപും അമേരിക്കയിലെ ആദിവാസികൾ ഗാലപ്പഗോസ് സന്ദർശിച്ചിട്ടുണ്ടെന്ന് കരുതപ്പെടുന്നു. ഈ ദ്വീപുകൾ ആദ്യമായി ഭൂപടത്തിൽ സ്ഥാനം പിടിച്ചത് 1570-ൽ. ആമകളുടെ നാട് എന്നർഥം വരുന്ന 'ഗാലപ്പഗോസ്' എന്ന സ്പാനിഷ് നാമധേയം അന്നുമുതൽ പ്രാബല്യത്തിൽ വന്നു. ഏകദേശം 19-ാം നൂറ്റാണ്ടുവരെ കടൽക്കൊള്ളക്കാരുടെ അഭയകേന്ദ്രമായിരുന്നു ഈ ദ്വീപുകൾ. 1790-ൽ ആണ് ഇവ ആദ്യത്തെ ശാസ്ത്രപര്യവേക്ഷണത്തിന് പാത്രീഭവിക്കുന്നത്; എങ്കിലും അതിൽനിന്നുള്ള രേഖകളൊന്നുംതന്നെ ഇന്ന് നിലവിലില്ല. 1793-ൽ ജയിംസ് കോൾനെറ്റ് ഗാലപ്പഗോസിൽ വരികയും അവിടത്തെ ജന്തുസസ്യാദികളെക്കുറിച്ച് പഠനം നടത്തുകയും ചെയ്തിരുന്നു. ഈ ദ്വീപുകളിൽ ജീവിക്കുന്ന കൂറ്റൻ ആമകളെക്കുറിച്ചുള്ള വിവരം പുറംലോകത്തിനു ലഭിക്കുന്നത് അങ്ങനെയാണ്. അതോടുകൂടി ദൗർഭാഗ്യമെന്നുപറയട്ടെ, ആമകളെ കശാപ്പു ചെയ്യുവാനും അവയുടെ മാംസം ഭക്ഷിക്കുന്നതിനുമായി പല ഭാഗത്തുനിന്നുള്ള സാഹസികരുടെ വരവായി. ഭക്ഷണമോ ജലമോ ആവശ്യമില്ലാതെ വളരെനാൾ ജീവിക്കുവാൻ കഴിവുള്ളതിനാൽ, ഈ കൂറ്റൻ ആമകൾ കടൽയാത്രക്കാരുടെ പ്രത്യേക 'ശ്രദ്ധയ്ക്കു' പാത്രീഭവിച്ചു. ഫലമോ, ചുരുങ്ങിയ കാലംകൊണ്ടുതന്നെ, ഈ പാവം ജീവികൾ വംശനാശത്തിന്റെ വക്കോളമെത്തി. 1832 ഫെബ്രുവരി 12-ാം തീയതി അതുവരെ ആരുടെയും അല്ലാതായിരുന്ന ഗാലപ്പഗോസ് ഒരു വിളംബരത്തിലൂടെ ഇക്വഡോറിന്റെ ഭാഗമാകുകയും ജോസ് വില്ലവിനിനെ ആദ്യത്തെ ഗവർണറാക്കി അവരോധിക്കുകയും ചെയ്തു. ഇക്വഡോറിലെ തന്നെ ഏതാനും ജയിൽപ്പുള്ളികളെ ഗാലപ്പഗോസിലേക്ക് മാറ്റുകയാണ്

അദ്ദേഹം ആദ്യം ചെയ്തത്. പിന്നെ അതേവർഷം ഒക്ടോബറിൽ, കുറെ കർഷകരേയും, മറ്റു പണിക്കാരേയുംകൂടി ഇവിടേക്ക് കൊണ്ടുവന്നു. 1835–ൽ ചാൾസ് ഡാർവിനും കൂട്ടരും അവിടെ എത്തുമ്പോൾ ഉണ്ടായിരുന്നത് ഇക്കൂട്ടരുടെ പിന്മുറക്കാരാവണം. ഈ ദ്വീപസമൂഹങ്ങളിൽ നാലെണ്ണത്തിലാണ് ഡാർവിനും കൂട്ടരും ഒരുമാസത്തിലേറെ തങ്ങളുടെ പര്യവേക്ഷണവും പഠനവും നടത്തിയത്. ഈ ദ്വീപുകളുടെ ഏറ്റവും പ്രായം കൂടിയവ ജനനംകൊണ്ടിട്ട് ഏതാണ്ട് ഒരുകോടി വർഷമായിക്കാണും. ഇവയിലെ ഏറ്റവും ഇളംതലമുറക്കാരായ 'ഇസബെല്ലാ, ഫെർനാൻഡിന എന്നിവ ഇപ്പോഴും രൂപംപ്രാപിച്ചുവരുന്നതേയുള്ളൂ, 2007–ലേതടക്കം ഉണ്ടായ ഒരു അഗ്നിപർവതസ്ഫോടനത്തിലൂടെ.

1684–ലാണ് ആദ്യമായി ഈ ദ്വീപുകൾ നാവികഭൂപടത്തിൽ സ്ഥാനം പിടിക്കുന്നത്. അക്കാലത്തെ പ്രസിദ്ധ കടൽക്കൊള്ളക്കാരനായിരുന്ന അംഡ്രോകോളിയാണ് ആദ്യമായി ഇങ്ങനെ ഒരു ദ്വീപസമൂഹത്തെക്കുറിച്ച് ലോകത്തെ അറിയിക്കുന്നത്. അദ്ദേഹം അന്ന് ഈ ദ്വീപുകളെ തന്റെ കൂട്ടാളി കൊള്ളക്കാരന്റെയോ, അവരെ ധനം നൽകി സഹായിച്ചിരുന്ന പ്രഭുവിന്റെയോ പേരാണ് നൽകി വിളിച്ചിരുന്നത്. ഉപകാരസ്മരണയെന്നോണം ആയിരിക്കണം, ഈ പ്രഭുക്കന്മാർ ഇവരെ കടൽക്കൊള്ളക്കാർ അഥവാ പൈറയിറ്റ്സ് എന്നതിനുപകരം 'സ്വകാര്യക്കാർ' — എന്നർഥം വരുന്ന പ്രൈനേറ്റിവ്സ് എന്നാണ് വിളിച്ചിരുന്നത്.

ഡാർവിന്റെ ഗാലപ്പഗോസ് പര്യവേക്ഷണം

സെപ്റ്റംബർ 17നു ഡാർവിനെയും കൂട്ടരെയും വഹിച്ചുകൊണ്ട് 'ബീഗിൾ' ഗാലപ്പഗോസ് ദ്വീപസമൂഹത്തിലുള്ള 'ചാതം' ദ്വീപിലെത്തി. (ഗാലപ്പഗോസ് ദ്വീപസമൂഹത്തെക്കുറിച്ച് അൽപ്പം) സെപ്റ്റംബർ 23ന് ഗാലപ്പഗോസിലെ ചാൾസ് ദ്വീപിലും, പിന്നീട് ഒക്ടോബർ എട്ടാം തീയതി ജയിംസ് ദ്വീപിലുമെത്തി (ബ്രിട്ടനിലെ മുൻരാജാക്കന്മാരെ ഓർമിപ്പിക്കുന്ന രീതിയിലാണ്, ഈ രണ്ടു ദ്വീപിന്റെയും നാമകരണം). ഗാലപ്പഗോസ് എന്നറിയപ്പെടുന്ന പതിനാറോളംവരുന്ന ദ്വീപുകളുടെ സമൂഹത്തിൽ (ഇതിൽ അഞ്ചെണ്ണം താരതമ്യേന വലിപ്പം കൂടിയവയാണ്) കണ്ടുവരുന്ന ജീവജാലങ്ങളെക്കുറിച്ച് പഠിക്കുവാൻ ഡാർവിന് പ്രത്യേകം താൽപ്പര്യമുണ്ടായിരുന്നു. പ്രധാനമായും രണ്ടു കാരണങ്ങളാണ് അദ്ദേഹത്തെ ഈ ദ്വീപസമൂഹത്തിലേക്ക് ആകർഷിച്ചത്. തെക്കെ അമേരിക്കൻ വൻകരയിൽനിന്നും ഏകദേശം 1,000 കി മീറ്റർ അകലെ, ഏതാണ്ട് ഒറ്റപ്പെട്ടു കിടക്കുന്നു എന്നതാണ് ഇതിൽ പ്രധാനം. ഇവിടെ മാത്രം കാണപ്പെടുന്ന ഏതാനും പ്രത്യേകതരത്തിലുള്ള ജീവജാലങ്ങൾ ഇവിടെ ഉണ്ടെങ്കിലോ. മറ്റൊരു പ്രത്യേകത ഈ ദ്വീപസമൂഹങ്ങൾ അഗ്നിപർവതങ്ങളുടെ പരിണതഫലമായുണ്ടായവയാണ്. അതുകൊണ്ടുതന്നെ അനേകം ഭീമാകാരങ്ങളായ ഗർത്തങ്ങൾകൊണ്ടു നിറഞ്ഞവയുമാണ്. ഡാർവിന്റെതന്നെ അഭിപ്രായത്തിൽ, ആകെ 8,000 ച കി മീ വിസ്തീർണമുള്ള കരഭാഗത്ത്

ഗാലപ്പഗോസ് ദ്വീപിലെ ആമ

ഏകദേശം 2,000 ത്തോളം ഗർത്തങ്ങളെങ്കിലും ഉണ്ടാകും. അതിൽ ചിലതെങ്കിലും 4,000 ത്തോളം അടിയുള്ള വലിയ 'കൂന'യുടെ ഇടയിലത്രെ. ഇത്തരത്തിൽ തികച്ചും പ്രത്യേകത നിറഞ്ഞ ഈ സ്ഥലത്തെക്കുറിച്ച് മനസിലാക്കാൻ സ്വാഭാവികമായും കൗതുകമുണ്ടാകുമല്ലോ. 'ചാതം' ദ്വീപിലെ പര്യവേക്ഷണത്തിനിടയിൽ ഡാർവിനെ ആശ്ചര്യപ്പെടുത്തിയ അനുഭവമാണ് അവിടത്തെ ഭീമാകാരന്മാരായ രണ്ട് ആമകളെ 'കണ്ടുമുട്ടൽ.' ഏകദേശം 120 കിലോ ഭാരം വരും ഓരോന്നിനും — അതിലൊരെണ്ണം ഡാർവിനെ കണ്ടിട്ട് ഒട്ടും ഗൗനിക്കാതെ 'വളരെ ഗൗരവത്തിൽ' നടന്നകന്നു. മറ്റേത്, ഒരു ശീൽക്കാരശബ്ദത്തോടെ ഡാർവിനെ 'സ്വാഗതം' ചെയ്തശേഷം അതിന്റെ തോടിനുള്ളിലേക്ക് തലവലിച്ചു. കൂറ്റൻ ആമകളെ കൂടാതെ ഇഗ്വാനകൾ (നാല് അടിയോളം നീളംവരുന്ന ഒരുതരം വലിയ ഓന്തുകൾ) ചാതം ദ്വീപിന്റെ പ്രത്യേകതയത്രെ. ഡോൾഫിനുകൾ, മറ്റു പക്ഷികൾ എന്നിവ വേറെയും. എന്നിരിക്കിലും സസ്യസമ്പത്ത് തീരെ കുറവെന്നാണ് ഡാർവിന്റെ അഭിപ്രായം.

ചാൾസ് ദ്വീപിൽനിന്നും (ഒക്ടോബർ എട്ടാം തീയതി) ജയിംസ് ദ്വീപിലെത്തിയ (ഏകദേശം 600 സ്ക്വയർ കി മീ) ഡാർവിനെയും കൂട്ടുകാരെയും ഒരാഴ്ചക്കാലം ആ ദ്വീപിൽ തങ്ങാൻ വിട്ടിട്ട് 'ബീഗിൾ' കുടിവെള്ളം ശേഖരിക്കാൻപോയി. ചാൾസ് ദ്വീപിലെ ഭൂപ്രകൃതിയും അവിടത്തെ ജീവജാലങ്ങളും ഡാർവിന്റെ ശ്രദ്ധയെ ആകർഷിച്ചു. അവ പലതുകൊണ്ടും ഗാലപ്പഗോസിലെ മറ്റു ജീവികളിൽനിന്നും വ്യത്യസ്തമായിരുന്നു. പല ജീവികളും ഈ ദ്വീപിൽ ജന്മമെടുത്തതുപോലെ! ഈ കാഴ്ചകണ്ട് അദ്ദേഹം ഇങ്ങനെ എഴുതി:

ഈ ദ്വീപസമൂഹങ്ങൾ ഒരു പ്രത്യേക ലോകം തന്നെ. ഇവിടെ ജീവിക്കുവാൻ, വസിക്കുവാൻ പ്രത്യേകമായി ജന്മമെടുത്ത കുറേ ജീവികൾ! ഈ ദ്വീപിന്റെ പരിമിതമായ വിസ്തീർണം പരിഗണിക്കുമ്പോൾ, ഇത്രയധികംതരം 'ആദിവാസികൾ' ഉണ്ടാവുകയെന്നത് വിശ്വസിക്കുവാൻ പ്രയാസം. ഇവിടത്തെ വലിയ ഗർത്തങ്ങളും, പുതുമണം മാറാത്ത 'ലാവ' ഒഴുകി നടന്ന സ്ഥലവും കാണുമ്പോൾ ഈ ദ്വീപ് ജന്മമെടുത്തിട്ട് അധികവർഷം ആവാത്തതുപോലെ തോന്നുന്നു. ഈ ദ്വീപിന്റെ അഭാവത്തിൽ അടുത്തയിടെ (ഭൗമശാസ്ത്രപരമായി) വരെ ഇവിടെ സമുദ്രത്തിന്റെ ഇടതടവില്ലാത്ത അലകൾ ഉണ്ടായിരുന്നിരിക്കണം. പിന്നെ, ദ്വീപ് വന്നശേഷം ആയിരിക്കുമല്ലോ ഇത്തരം ജീവികൾ ഇവിടെ കുമിഞ്ഞുകൂടിയത്. അങ്ങനെയാണെങ്കിൽ പ്രഹേളികയുടെ പ്രഹേളിക എന്ന് വിശേഷിപ്പിക്കാവുന്ന ആ മഹാസംഭവം – അതായത് 'ജീവന്റെ സൃഷ്ടി' നടന്ന ഒരു സ്ഥലത്താണോ ഞങ്ങൾ വന്നുനിൽക്കുന്നത് എന്ന് തോന്നിപ്പോകുന്നു.

ഗാലപ്പഗോസിൽനിന്നും 26 തരം പക്ഷികളെയാണ് ഡാർവിൻ ശേഖരിച്ചിരുന്നത്. അതിൽ 12 എണ്ണം അതിന്റെ വലിപ്പത്തിലും (10-20cm) മറ്റു പ്രകൃതത്തിലും തമ്മിൽ വളരെ സാദൃശ്യമുള്ളവയായിരുന്നു. ഇവ ഗാലപ്പഗോസിൽ മാത്രം കണ്ടുവരുന്നവയായിരുന്നു. അതേസമയം മറ്റു സ്ഥലങ്ങളിലുള്ള പക്ഷികളുമായി വളരെ വേറിട്ടുനിൽക്കുന്ന പ്രകൃതവും രൂപവും. പിൽക്കാലത്ത് (1936 ൽ) ഈ പക്ഷികൾ ഡാർവിൻസ് ഫിൻചസ് (Darvin's Finches) എന്നപേരിൽ അറിയപ്പെട്ടു. ഡാർവിൻസ് ഫിൻചസ് വർഗത്തിലുള്ള ഈ 12 തരം പക്ഷികളും 12 സ്പീഷീസുകളിൽപ്പെട്ടവയാണെന്നതാണ് മറ്റൊരു സവിശേഷത. പ്രധാനമായും ഇവയുടെ

ഗാലപ്പഗോസ് ഇഗ്വാന

കൊക്കുകളിലും ആഹാരപ്രകൃതത്തിലുമാണ് ആ വ്യത്യാസം കണ്ടുവരുന്നത്. രസകരമെന്നു പറയട്ടെ, ഈ 12 സ്പീഷീസുകളും ഗാലപ്പഗോസിലെ എല്ലാ ദ്വീപുകളിലും വസിക്കുന്നവയല്ലെന്നും ഡാർവിൻ കണ്ടെത്തി; കൂടാതെ കൊക്കുകളുടെ പ്രകൃതമോ, അതു വസിക്കുന്ന ദ്വീപുകളിൽനിന്ന് ലഭിക്കുന്ന ആഹാരപദാർഥങ്ങളുടെ രീതിക്കനുസരിച്ചും. ഈ ഇനങ്ങളുടെ മുൻഗാമികൾ അമേരിക്കൻ വൻകരയിൽനിന്നും ഈ ദ്വീപുകളിൽ കുടിയേറിയവയാവണമെന്നും, അതിനുശേഷം ഇവ കൂട്ടംപിരിഞ്ഞ് ഗാലപ്പഗോസിലെ ഓരോ ദ്വീപിലേക്ക് വാസംമാറ്റിയതാവാമെന്നും ഉള്ള ഒരു വാദഗതി അദ്ദേഹത്തിനു തോന്നി. ഗാലപ്പഗോസ് ദ്വീപുകളിൽ ഈ പക്ഷികൾക്ക് ഉതകുന്ന ആഹാരപദാർഥങ്ങളിൽ പ്രധാനമായവ, പുഷ്പങ്ങൾ, ചെടികളുടെ വിത്തുകൾ (കട്ടികൂടിയ പുറംതോടോടു കൂടിയതാണ് ചിലവ), ചിലതരം പ്രാണികൾ (മറ്റു പക്ഷികളിൽ വസിക്കുന്ന പാരസൈറ്റുകളടക്കം) എന്നിവയത്രെ. ചിലവ മരംകൊത്തിയെപ്പോലെ തടിയിലെ പൊത്തുകളിലുള്ള ചെറുപ്രാണികളെ ഭക്ഷിക്കുന്നു. ഒരു സ്പീഷീസിൽപ്പെട്ടവ ഒന്നിലധികം ആഹാരപദാർഥങ്ങൾ ഉപയോഗിക്കുമെങ്കിലും......, ഓരോ തരത്തിനും അതിന്റേതായ പ്രത്യേക താൽപ്പര്യങ്ങൾ ഉണ്ടായിരിക്കും. കാലാവസ്ഥയുടെ മാറ്റം നിമിത്തമോ അതല്ലെങ്കിൽ മറ്റെന്തെങ്കിലും കാരണംകൊണ്ടോ, ആഹാരത്തിന്റെ ലഭ്യത കുറയുന്ന പക്ഷം, ഇവയിലോരോന്നും (ഓരോ സ്പീഷീസും) ഏതെങ്കിലും ഒരു പ്രത്യേകതരം ആഹാരത്തെമാത്രം ആശ്രയിക്കുന്നു. അക്കാരണത്താൽ അവയുടെ കൊക്കിന്റെ ആകൃതിക്കും ഈ പ്രത്യേക ഭക്ഷണക്രമത്തിനനുസൃതമായി രൂപപ്പെടുന്നു - ഇതായിരുന്നു ഡാർവിന്റെ വിശദീകരണം.

ഡാർവിന്റെ കണ്ടെത്തലിന്റെ പ്രത്യേകതകൾ (അന്നത്തെ ദൈവസങ്കൽപ്പത്തിനുണ്ടായ മാറ്റം)

ചാൾസ് ഡാർവിൻ പര്യവേക്ഷണം നടത്തുന്ന കാലഘട്ടത്തിലെ ഏറ്റവും പ്രബലമായ ഒരു വിശ്വാസപ്രമാണമായിരുന്നുവല്ലോ, പ്രത്യേക സൃഷ്ടിസിദ്ധാന്തം അഥവാ തിയറി ഓഫ് സ്പെഷ്യൽ ക്രിയേഷൻ. ഈ സിദ്ധാന്തപ്രകാരം ഈശ്വരൻ (പലപ്പോഴും ഒരു വ്യക്തിയോടു സമാനമായിട്ടാണ് ഈശ്വരനെ അക്കാലങ്ങളിൽ ജനങ്ങൾ കണ്ടിരുന്നത്) ഓരോ സ്ഥലത്തിനും ഉതകുന്ന രീതിയിൽ ജീവജാലങ്ങളെ പണ്ടെങ്ങോ ഒരുകാലത്ത് സൃഷ്ടിച്ചു എന്നും, ആ സൃഷ്ടികൾ ഇന്നും മാറ്റമില്ലാതെ തുടരുന്നു എന്നുമാണ് പ്രത്യേക സൃഷ്ടിസിദ്ധാന്തം വിവക്ഷിക്കുന്നത്. അതേസമയം, ഗാലപ്പഗോസിൽ താൻ നടത്തിയ പഠനങ്ങളിലൂടെ, ജീവജാലങ്ങൾ അതതു പരിസരങ്ങളുമായി ഇണങ്ങിച്ചേരുന്നതിനുവേണ്ടി, പുതിയ 'സ്വഭാവ'ങ്ങൾ ആർജിക്കുമെന്നും, അങ്ങനെ ആർജിക്കുവാൻ കഴിയാത്ത പക്ഷം അവ നാമാവശേഷമായി പോകുമെന്നും വാദിച്ചു. വളരെ പണ്ടുണ്ടായിരുന്നവ ഈ പൂമുഖത്തുനിന്ന് പൂർണമായി ഉന്മൂലനം ചെയ്യപ്പെട്ടതിന്റെ കാരണവും ഇതുതന്നെയെന്ന് അദ്ദേഹവും വിലയിരുത്തി.

ജീവജാലങ്ങളുടെ രൂപത്തിനും സ്വഭാവത്തിനും ബാഹ്യമായും ആന്തരികമായും മാറ്റം സംഭവിച്ചുകൊണ്ടിരിക്കുന്നു എന്ന കണ്ടെത്തൽ, പക്ഷേ, സൃഷ്ടിസിദ്ധാന്തക്കാർക്ക് സ്വീകാര്യമായില്ല (കാരണം, ഈശ്വര സൃഷ്ടി ജീവജാലങ്ങൾക്ക് അന്നും ഇന്നും ഒരു മാറ്റവും വരുത്തുന്നില്ലെന്നാണല്ലോ അവർ വിശ്വസിക്കുവാൻ അഥവാ അവരെ വിശ്വസിപ്പിക്കുവാൻ ശ്രമിക്കുന്നത്). പ്രകൃതിയുടെ തെരഞ്ഞെടുക്കൽ അഥവാ നാച്വറൽ സെലക്ഷൻ ഭൂമിയുടെ വൻകര (ഏഷ്യ, ആഫ്രിക്ക, അമേരിക്ക, ആസ്ത്രേലിയ)യിലാകെയുള്ള ജീവജാലങ്ങൾ അതതു സ്ഥലത്തിന്റെ പരിതഃസ്ഥിതിക്കനുസൃതമായി വ്യത്യസ്ത സമ്പ്രദായങ്ങൾ ഉള്ളവയാണ്. ഇക്കാര്യത്തിൽ അദ്ദേഹത്തെ വളരെ സ്വാധീനിച്ച ഒന്നാണ് ഗാലപ്പഗോസിലെ ജീവികൾ. ഭീമൻ ആമ, ഇഗ്വാനകൾ, ഫിൻചുകുരുവികൾ അടക്കം ഭൂമുഖത്ത് മറ്റെങ്ങുമില്ലാത്ത തരം ജീവികൾ കേവലം 6,000 ച കി മീ വിസ്തീർണമുള്ള ദ്വീപസമൂഹങ്ങളിൽ കാണുന്നു. ഫിൻചുകുരുവികൾക്ക്, എന്തെങ്കിലും സാമ്യമുണ്ടെങ്കിൽത്തന്നെ അത് തെക്കെ അമേരിക്കൻ വൻകരയിൽ വസിക്കുന്ന കുരുവികളോടാണ്. തെക്കെ അമേരിക്കൻ വൻകരയിൽ ഉള്ള കുരുവികളുടെ പിൻതലമുറക്കാരാവണം ഗാലപ്പഗോസിൽ കണ്ട എല്ലാ ഫിൻചുകുരുവികളും എന്നുവേണം ഇതിൽനിന്നും അനുമാനിക്കാൻ. പരിസരവും ജീവജാലങ്ങളുടെ രൂപസ്വഭാവങ്ങളും എത്രമാത്രം കെട്ടുപിണഞ്ഞുകിടക്കുന്നു എന്ന് അദ്ദേഹം തന്റെ ബീഗിൾ യാത്രാനുഭവത്തിലൂടെ മനസിലാക്കി. ഗാലപ്പഗോസിലെ ഫിൻചുകുരുവികൾ 12 സ്പീഷീസുകളും പ്രധാനമായും രണ്ടു ജീനസുകളിൽ മാത്രംപെട്ടവയാണെന്നും (ജിയോസ്പീസാ, കാമരിംഗസ് എന്നീ രണ്ടു ജീനസുകളിൽ) ഇത്തരുണത്തിൽ ശ്രദ്ധേയമാണ്. ആകാരത്തിലും മറ്റ് ഒട്ടുമിക്ക സ്വഭാവങ്ങളിലും സാമ്യമുള്ള ഈ (പന്ത്രണ്ടോളം വരുന്ന) സ്പീഷീസുകൾ അവയുടെ കൊക്കിന്റെ ആകൃതിയിലും അതിന്റെ ഘടനയിലുമാണ് പ്രധാനമായും വ്യത്യസ്തമായി ഇരിക്കുന്നത്. കൊക്കിന്റെ സ്വഭാവത്തിലുള്ള ഈ വ്യത്യാസം പ്രധാനമായും അവയുടെ ആഹാരരീതിയുമായി അഥവാ അതതിന്റെ ഭക്ഷ്യപദാർഥങ്ങളുമായി ബന്ധപ്പെട്ടുകിടക്കുന്നു. ഫിൻചുകുരുവികൾ കേവലം രണ്ടു ജീനസുകളിൽപ്പെട്ടവയെന്നത് വളരെ പ്രാധാന്യമർഹിക്കുന്ന ഒന്നാണ്. തെക്കെ അമേരിക്കൻ വൻകരയിൽനിന്ന് വേർതിരിഞ്ഞുപോയ കേവലം ഒന്നോ ഏറിയാൽ രണ്ടോ ഇനം കുരുവികളിൽനിന്നാണ് ഈ 12 സ്പീഷീസും ഉണ്ടായിരിക്കുന്നത് എന്നുവേണം അനുമാനിക്കാൻ. ഇങ്ങനെ പല സ്പീഷീസുകളായി തിരയാനുള്ള കാരണം, പ്രാഥമികമായും കൊക്കിന്റെ ഘടനയിൽവന്ന മാറ്റമാണെന്നു വേണം കരുതാൻ. അതതു സ്പീഷീസുകളുടെ വ്യത്യസ്തമായ ആഹാരശീലമായിരിക്കണം അവയുടെ കൊക്കുകളുടെ വ്യത്യാസത്തിൽ കലാശിച്ചത്. തിരിച്ചൊരു ചോദ്യം ഇത്തരുണത്തിൽ ചോദിക്കാവുന്നതാണ്. ആഹാരശീലത്തിലുള്ള വ്യത്യാസം എങ്ങനെ കൊക്കുകളുടെ വ്യത്യാസത്തിൽ കലാശിച്ചു. ഏകദേശം

ഡാർവിൻ ഫിൻചസ്

പത്തുലക്ഷം വർഷംമുൻപ് ഈ ദ്വീപുകളിലേക്ക് പറന്നുവന്ന ഒന്നോ രണ്ടോ സമൂഹങ്ങൾ എങ്ങനെ ഇത്രയധികം സ്പീഷീസുകളായി രൂപം പ്രാപിച്ചു. പുറംതോടിനു കട്ടിയുള്ള കായ്കനികൾ (അഥവാ വിത്തുകൾ) മാത്രം മുഖ്യമായി ലഭിക്കുന്ന ഒരു ദ്വീപിൽ വലിയ ശക്തമായ കൊക്കുള്ള പക്ഷികൾക്കു മാത്രമേ ജീവൻ നിലനിർത്താനാവൂ. മറ്റുള്ളവ, അതായത് ചെറുതും ശക്തി കുറഞ്ഞതുമായ കൊക്കുള്ളവ, ആഹാരം ലഭിക്കുന്നതിനുള്ള 'മത്സര'ത്തിൽ പിന്തള്ളപ്പെടുകയും, ക്രമേണ നശിച്ച് നാമാവശേഷമാവുകയും ചെയ്യും. തൽഫലമായി വലിയ കൊക്കുള്ളവ അങ്ങനെയുള്ള ഒരു ദ്വീപിൽ (ഉദാ: കള്ളിമുൾ ഫലങ്ങൾ ധാരാളം ലഭിക്കുന്ന ദ്വീപിൽ)

കാലം കഴിയുന്തോറും വലിയ കൊക്കുള്ളവയ്ക്ക് (ഉദാ: ജിയോസ്പൈസ, കാക്റ്റെസ് ഫിൻച്) പ്രാമുഖ്യം ലഭിക്കുകയും മറ്റുള്ളവ ഇല്ലാതാവുകയും ചെയ്യുന്നു. ഇവിടെ പ്രകൃതിതന്നെ നടത്തുന്ന ഒരു 'തെരഞ്ഞെടുക്കൽ' പ്രക്രിയ നമുക്ക് ദർശിക്കാനാവും. ഡാർവിൻ ഈ പ്രക്രിയയെ വിളിച്ചത് 'പ്രകൃതിയുടെ തെരഞ്ഞെടുക്കൽ പ്രക്രിയ' എന്നർഥംവരുന്ന 'നാചറൽ സെലക്ഷൻ' എന്നാണ്. പരിണാമത്തെക്കുറിച്ച് ഡാർവിൻ പറഞ്ഞുതന്ന ഏറ്റവും വിലപ്പെട്ട പാഠം എന്ന് നമുക്ക് നാചറൽ സെലക്ഷനെ വിളിക്കാം.

നാചറൽ സെലക്ഷൻ സിദ്ധാന്തത്തെക്കുറിച്ച് ഡാർവിൻ നൽകിയ വാദഗതി, പക്ഷേ, പ്രത്യേക സൃഷ്ടി സിദ്ധാന്തത്തിന്റെ വക്താക്കൾക്ക് രസിച്ചില്ല. തന്നെയുമല്ല, വളരെയധികം വിമർശനത്തിന് ഡാർവിൻ പാത്രീഭവിക്കുകയും ചെയ്തു. ഈ പഠനങ്ങളോട് അനുബന്ധിച്ചുതന്നെയാണ്, വംശനാശം സംഭവിച്ച അനേകതരം ജീവികളെക്കുറിച്ച് അദ്ദേഹം വിവരങ്ങൾ ശേഖരിച്ചുകൊണ്ടിരുന്നത്. ഇത്രയധികം ജീവജാലങ്ങൾ എങ്ങനെ നാമാവശേഷമായി, അഥവാ, എങ്ങനെ അവയ്ക്ക് വംശനാശം സംഭവിച്ചു എന്നൊരു ചോദ്യം അദ്ദേഹത്തെ അലട്ടിക്കൊണ്ടിരുന്നു. തന്റെ തീക്ഷ്ണമായ, തീവ്രമായ പഠനത്തിലൂടെ അദ്ദേഹത്തിന്റെ മുന്നിൽ തെളിഞ്ഞുവന്ന ഉത്തരം നാചറൽ സെലക്ഷൻ തന്നെയായിരുന്നു. എന്നിരിക്കിലും, തന്റെ തത്വങ്ങളെ ഫലപ്രദമായി, ഒരു പരീക്ഷണശാലയിലൂടെയോ മറ്റോ വിശദീകരിക്കുവാൻ ഡാർവിന് കഴിഞ്ഞില്ല എന്നത് അദ്ദേഹത്തിനെതിരെയുള്ള വിമർശനത്തിന് ആക്കംകൂട്ടി. ശാസ്ത്രസാങ്കേതികവിദ്യ അത്രയൊന്നും വളർച്ച പ്രാപിച്ചിട്ടില്ലാത്ത ഒരു കാലഘട്ടത്തിലാണല്ലോ ഡാർവിൻ തന്റെ നാചറൽ സെലക്ഷൻ സിദ്ധാന്തം അവതരിപ്പിക്കുന്നത്. ജനിതകശാസ്ത്രത്തെക്കുറിച്ചോ പാരമ്പര്യശാസ്ത്രത്തെക്കുറിച്ചോ ഒരറിവും മാനവരാശിക്ക് അക്കാലത്ത് ഉണ്ടായിരുന്നില്ല എന്നുപറയാം. അതുകൊണ്ടുതന്നെ ഗാലപ്പഗോസ് കുരുവികളുടെ കൊക്കിന്റെ വലുപ്പച്ചെറുപ്പം അഥവാ മറ്റു സ്വഭാവങ്ങൾ എങ്ങനെ അടുത്ത തലമുറയിലേക്ക് പകരുന്നു എന്നുള്ളതിനെക്കുറിച്ച് വ്യക്തമായ ഒരു ആശയം ഡാർവിനും ഉണ്ടായിരുന്നില്ല.

ഡാർവിൻ ഫിൻചസ് എന്നറിയപ്പെടുന്ന കുരുവികളുടെ ഇനങ്ങൾ താഴെ കൊടുത്തിരിക്കുന്നു.

എ. ജിയോസ്പൈസാ ജിനസ്

1. ജി കോണിറോസ്റ്റ്റിസ്
2. ജി ഡിഫിസിലിസ്
3. ജി ഫോർറ്റിസ്
4. ജി അനാഗനിറോസ്റ്റ്റിസ്
5. ജി ഫുലിജിനോസ
6. ജി സ്കാൻഡാൻസ്

ബി. ജിനസ് കാമർലിൻജസ്

7. സി ഡിറ്റാകുലാ
8. സി പാർപ്പെർ
9. സി പരാരുലസ്
10. സി പല്ലിഡസ്
11. സി ഹാലുബെയ്റ്റസ്
12. സി ക്രാസിനേസ്റ്റസ്

(പക്ഷികളുടെ കൊക്കിന്റെ രൂപീകരണത്തെക്കുറിച്ച് ആധുനിക പഠനങ്ങൾ നടന്നിട്ടുണ്ട്. BMP4 (ബോൺ മോർഫോജനിക് പ്രോട്ടീൻ4) എന്ന ഒരു പ്രോട്ടീന്റെ ഏറ്റക്കുറവനുസരിച്ചാണത്രെ, കൊക്കുകളുടെ രൂപീകരണം. കൂടാതെ *നെയിച്ചർ* എന്ന ശാസ്ത്രമാസികയിൽ പ്രസിദ്ധീ കരിച്ചതനുസരിച്ച്, കാൽമോഡുലിൻ ജീനിന്റെ പ്രവർത്തനത്തിൽ വരുത്തുന്ന വ്യതിയാനങ്ങൾ, കൊക്കിന്റെ ആകൃതിയെ സ്വാധീനിക്കുന്ന തായി കണ്ടെത്തിയിട്ടുണ്ട്. (ABZHANOV, et al., 2004: 2006). കാൽമോ ഡുലിൻ കൃത്രിമമായി കൂട്ടുകയും കുറയ്ക്കുകയും ചെയ്തതുമൂലം, കൊക്കിന്റെ ആകൃതിയിൽ മാറ്റമുണ്ടാവാമെന്ന് കോഴികളിൽ നടത്തിയ പരീക്ഷണങ്ങൾ വെളിപ്പെടുത്തുന്നു).

5

ഡാർവിനും മെൻഡലും

വിരോധാഭാസമെന്നു പറയട്ടെ, ഏതാണ്ട് ഈ കാലഘട്ടത്തിൽതന്നെ യൂറോപ്പിന്റെ മറ്റൊരു കോണിൽ, ഓസ്ട്രിയയിൽ, ജൊഗൻ ഗ്രിഗർ മെൻഡൽ എന്നൊരു പുരോഹിതൻ പാരമ്പര്യശാസ്ത്രത്തെക്കുറിച്ച് പഠനം നടത്തുകയായിരുന്നു. തന്റെ പഠനങ്ങൾക്കായി ഗ്രിഗർ മെൻഡൽ തെരഞ്ഞെടുത്തത് പയർവർഗത്തിലുള്ള സസ്യത്തെയായിരുന്നു. 'ശുദ്ധമായ' വെള്ളപ്പൂവു തരുന്നതും 'ശുദ്ധമായ' ചുവപ്പുപൂവു തരുന്നതുമായ പയർ ചെടികളെയാണ് അദ്ദേഹം പരീക്ഷണങ്ങൾക്കായി തെരഞ്ഞെടുത്തത്. 'ശുദ്ധമായ' എന്നുപറയുവാൻ ഒരു കാരണമുണ്ട്. ഈ പയർ ചെടികളിൽ വെള്ളപ്പൂവ് തരുന്നവ തമ്മിൽ പരാഗണം നടന്നാൽ വെള്ളപ്പൂവ് തരുന്ന ചെടികൾ മാത്രമേ ഉണ്ടാവുകയുള്ളൂ. അതുപോലെതന്നെ, ചുവന്ന (അഥവാ പിങ്ക്) നിറത്തിലുള്ള പൂവു തരുന്നവതമ്മിൽ പരാഗണം നടക്കുന്ന പക്ഷം, ചുവന്നപൂക്കൾ മാത്രമേ അവ പ്രദാനം ചെയ്യുകയുള്ളൂ. അതേസമയം ചുവന്നപൂവ് തരുന്നവ 'ശുദ്ധമല്ലെങ്കിൽ' അവ തമ്മിൽ പരാഗണം ചെയ്തുണ്ടാവുന്ന പയർചെടികളിൽ ചിലത് വെള്ളപ്പൂവ് തരുന്നവയാവും. വെള്ളപ്പൂവ് തരുന്ന ചെടികൾ വെള്ളപ്പൂവ് മാത്രമേ തരികയുള്ളൂ - അതായത് വെള്ളപ്പൂവ് തരുന്ന ചെടികൾ എപ്പോഴും ശുദ്ധമായതായിരിക്കും എന്നർഥം. ഇനി വെള്ളപ്പൂവുണ്ടാവുന്ന ചെടിയും 'ശുദ്ധമായ' ചുവന്നപൂവ് ഉണ്ടാവുന്ന ചെടിയും തമ്മിൽ പരാഗണം ചെയ്യുമ്പോൾ, സംശയംവേണ്ട, അടുത്തതലമുറയിലെ എല്ലാ ചെടികളിലും ചുവന്നപൂവ് ആയിരിക്കും കാണപ്പെടുക. ഇങ്ങനെയുണ്ടാവുന്ന ആദ്യ തലമുറയിലെ (മെൻഡൽ

അതിനെ F1 ജനറേഷൻ എന്നാണ് വിളിച്ചിരുന്നത്) അംഗങ്ങൾ തമ്മിൽ പരാഗണം നടക്കുന്നപക്ഷം ഉണ്ടാവുന്ന അടുത്തതലമുറയിൽ (മെൻഡൽ അതിനെ F2 ജനറേഷൻ എന്നുവിളിച്ചു). 75 ശതമാനം ചെടികൾ ചുവന്നപൂക്കൾ തരുന്നവയും 25 ശതമാനം വെള്ളപ്പൂക്കൾ തരുന്നവയും ആയിരിക്കുമെന്ന് അദ്ദേഹം കണ്ടെത്തി. ഇതിനെതുടർന്ന് അദ്ദേഹം നടത്തിയ പരീക്ഷണങ്ങളിൽക്കൂടി ഉരുത്തിരിഞ്ഞ് വന്നതാണ് മെൻഡൽ സിദ്ധാന്തം. തികച്ചും കണിശമായി, ശാസ്ത്രീയമായി അദ്ദേഹം നടത്തിയ ഈ പഠനങ്ങൾ പാരമ്പര്യശാസ്ത്രത്തിന്റെ ഏറ്റവും പ്രധാനപ്പെട്ട ചുവടുകളായിരുന്നു - എന്നുമാത്രമല്ല, ഡാർവിന്റെ നാച്ചറൽ സെലക്ഷൻ സിദ്ധാന്തം ഒരളവുവരെ വിശദീകരിക്കുവാൻ ഉതകുന്നതുമായിരുന്നു. പക്ഷേ, ദൗർഭാഗ്യമെന്നു പറയട്ടെ, ഗ്രിഗർ മെൻഡൽ നടത്തിയ ഈ പരീക്ഷണങ്ങളൊന്നുംതന്നെ അദ്ദേഹം ജീവിച്ചിരുന്ന കാലത്തൊന്നും പുറംലോകം അറിഞ്ഞിരുന്നില്ല. 1859 ൽ സ്പീഷീസിന്റെ ഉറവിടം അഥവാ ഉദയം എന്നർഥംവരുന്ന *ഒറിജിൻ ഓഫ് സ്പീഷീസ്* എന്ന ഗ്രന്ഥം ഡാർവിൻ പ്രസിദ്ധീകരിച്ച് ഒൻപതുവർഷത്തിന് ശേഷമാണ് മെൻഡൽ തന്റെ പ്രസിദ്ധീകരണങ്ങൾ ആരംഭിക്കുന്നത്. ആശ്ചര്യമെന്നു പറയട്ടെ (അതോ ദൗർഭാഗ്യമോ) ഡാർവിന്റെ കാലശേഷം 'ഡൗൺ ഹൗസി'ലെ അദ്ദേഹത്തിന്റെ പുസ്തകശാലയിൽനിന്ന്, ഒരിക്കലും അദ്ദേഹം തുറന്നുവായിച്ചിരിക്കാനിടയില്ലാത്ത (പുതിയ പുസ്തകത്തിന്റെ താളുകൾ അതിന്റെ സ്വതന്ത്രമായ വശവും ഒട്ടിച്ചുവെച്ചപോലെ ആയിരിക്കും) ഒരു പുസ്തകം കണ്ടുകിട്ടി - മെൻഡലിന്റെ പരീക്ഷണങ്ങളിലൂടെ കൈവന്നിട്ടുള്ള എല്ലാ ഫലങ്ങളും അതിന്റെ അനുമാനങ്ങളും അടങ്ങുന്ന ഒരു സമ്പൂർണഗ്രന്ഥം! ഡാർവിൻ ഏതെങ്കിലും ഒരു സാഹചര്യത്തിൽ ഈ ഗ്രന്ഥം വായിക്കാനിടയായിരുന്നെങ്കിലോ. അല്ലെങ്കിൽ യൂറോപ്പിൽ വസിക്കുന്ന ഈ അതികായന്മാർ തമ്മിൽ എപ്പോഴെങ്കിലും ഒന്ന് കണ്ടിരുന്നെങ്കിലോ? ശാസ്ത്രത്തെ സംബന്ധിച്ചിടത്തോളം ഒരു ചരിത്രസംഭവമാകുമായിരുന്നു അത്. ഏതായാലും അതു സംഭവിച്ചില്ല എന്നതാണല്ലോ യാഥാർഥ്യം. ജനിതകശാസ്ത്രത്തിൽ ഗ്രിഗർ മെൻഡൽ നടത്തിയ പരീക്ഷണങ്ങൾ ഒഴിച്ചാൽ ഡാർവിന് തന്റെ നാച്ചറൽ സെലക്ഷൻ സിദ്ധാന്തത്തെ പിന്തുണയ്ക്കാൻ കൂടുതൽ തെളിവുകൾ നൽകാൻ കഴിഞ്ഞില്ല. എന്നിരിക്കിലും ഡാർവിനുശേഷം നടന്ന ശാസ്ത്രപഠനങ്ങളും പരീക്ഷണങ്ങളുമെല്ലാം നമ്മെ നയിക്കുന്നത് ഡാർവിനിസത്തിന്റെ പ്രസക്തിയിലേക്കാണ്.

പരിസരത്തിന്റെ മാത്രം സ്വാധീനത്തിൽ പരിസരങ്ങൾക്കുതകുന്ന രീതിയിൽ ജീവികൾ തങ്ങളുടെ അവയവഘടന മാറ്റുമെന്നു സ്ഥാപിക്കുന്ന ലാമാർക്കിസവും, നാച്ചറൽ സെലക്ഷൻ പ്രക്രിയയിലൂടെ

പരിണാമം സംഭവിക്കുന്നു എന്നു വാദിക്കുന്ന ഡാർവിനിസവും തമ്മിൽ നമുക്കൊന്ന് തട്ടിച്ചുനോക്കുന്നത് ഉചിതമായിരിക്കുമെന്ന് കരുതുന്നു.

പരിസരത്തോട് ഇഴുകിച്ചേരൽ, സ്വാഭാവിക തെരഞ്ഞെടുക്കൽ - പരീക്ഷണങ്ങളിലൂടെ:

ബിസ്റ്റൺ ബെറ്റുലേറിയ (Biston Betularia) എന്ന ഒരുതരം ശലഭങ്ങളിൽ (Moth) 'കെറ്റിൽവെൽ' എന്ന ശാസ്ത്രജ്ഞൻ നടത്തിയ പരീക്ഷണങ്ങൾ സ്വാഭാവിക തെരഞ്ഞെടുക്കൽ (Natural selection) പ്രക്രിയയ്ക്ക് മികച്ച ഉദാഹരണമായി കണക്കാക്കപ്പെടുന്നു. പ്രസ്തുതപഠനം നടക്കുന്നത് 1840-കളിലായിരുന്നു-ഡാർവിൻ ജീവിച്ചിരിക്കുമ്പോൾ ത്തന്നെ. പ്രസ്തുത ശലഭത്തിൽ കണ്ടുവന്നിരുന്ന രണ്ട് ഇനങ്ങൾ (ഇളം നിറത്തിലുള്ള Typica എന്ന ഇനവും, കറുത്ത നിറത്തിലുള്ള Carbonaria എന്ന ഇനവും) ആണ് പരീക്ഷണങ്ങൾക്ക് വിധേയമായത്. 1840-കളിൽ, ഈ പഠനം തുടങ്ങിയ കാലം, Carbonaria ഇനത്തിന്റെ എണ്ണം കേവലം രണ്ട് ശതമാനം മാത്രം. വ്യാവസായിക വിപ്ലവത്തോടനുബന്ധിച്ച് കൽക്കരിയുടെ ഉപയോഗം വർധിച്ചതുമൂലം വൃക്ഷങ്ങളുടെ കൊമ്പുകളത്രയും പുകപടലങ്ങൾകൊണ്ട് മൂടപ്പെട്ടിരുന്നതിനാൽ Carbonaria ഇനം, അവയെ ഭക്ഷിക്കുന്ന പക്ഷികൾക്ക് കാണാൻ കഴിയുമായിരുന്നില്ല. അതേസമയം ഇളംനിറമുള്ള Typica ഇനം പക്ഷികളുടെ ദൃഷ്ടിയിൽ എളുപ്പത്തിൽ തന്നെ വന്നുപെടുകയും ചെയ്തു എന്നായിരുന്നു കെറ്റിൽവെല്ലിന്റെ വാദഗതി. സ്വാഭാവികമായും ഇത്തരം ഒരു സാഹചര്യത്തിൽ Carbonaria ഇനത്തിന് അവയുടെ കറുകറുത്തനിറം 'സംരക്ഷണമേകി.' മറ്റൊരു തരത്തിൽ പറഞ്ഞാൽ, സ്വാഭാവികതെരഞ്ഞെടുക്കൽ Carbonaria ഇനത്തിനനുകൂലമായി എന്നുസാരം. ഫലമോ ഏകദേശം 50 വർഷത്തിനുശേഷം 1895-ാമാണ്ട് ആയപ്പോഴേക്ക് Carbonaria യുടെ എണ്ണം ഏകദേശം 95 ശതമാനം. ഇളംനിറമുള്ള Typica യുടെ എണ്ണത്തിൽവന്ന കുറവ് വളരെ വ്യക്തമായിരുന്നു. അടുത്തകാലത്ത് രംഗമാകെ മാറി. കരിയുടെ അംശം ഗണ്യമായി കുറഞ്ഞ ഇന്ധനമാണല്ലൊ ഇപ്പോൾ എല്ലായിടങ്ങളിലും പ്രചാരത്തിലുള്ളത്. കൂടാതെ 'ക്ലീൻ എയർ' നിയമങ്ങളും പ്രാബല്യത്തിൽ വന്നുകഴിഞ്ഞു. മുമ്പത്തെപ്പോലെയുള്ള കരിപിടിച്ച വൃക്ഷച്ചില്ലകൾ നന്നെകുറവ്. ആയതിനാൽ സ്ഥിതിമാറി. Carbonaria ഇനത്തെ പക്ഷികൾ വേഗം കണ്ടെത്തിത്തുടങ്ങി. വൃക്ഷച്ചില്ലയിൽ പണ്ടത്തെപ്പോലെ ഇനി 'ഒളിഞ്ഞിരിക്കാൻ' ആവില്ലല്ലൊ. അടുത്തയിടെ നടത്തിയ ഒരു പഠനത്തിൽ കറുത്തയിന (Carbonaria) ത്തിന്റെ എണ്ണത്തിൽ ഗണ്യമായ കുറവുവന്നതായി കാണപ്പെട്ടു. ഇങ്ങനെ പോയാൽ ഏതാനും വർഷങ്ങൾക്കുള്ളിൽ

Carbonaria ഇനം 'നാമാവശേഷ' ഭീഷണിയെതന്നെ നേരിടുമോ എന്ന സംശയത്തിലാണ് ശാസ്ത്രജ്ഞന്മാർ. സ്വാഭാവിക തെരഞ്ഞെടുക്കൽ പ്രക്രിയ എങ്ങനെ ഭവിക്കുന്നു എന്നതിന്റെ വ്യക്തമായ ഒരു ഉദാഹരണ മാണല്ലോ ബിസ്റ്റൺമോത്തുകളുടെ പഠനത്തിൽനിന്നും നമുക്കു ലഭിച്ചത്. തന്നെയുമല്ല, വ്യത്യസ്ത സാഹചര്യങ്ങളിൽ, അഥവാ മാറിവരുന്ന സാഹ ചര്യങ്ങളിൽ, ജീനുകളുടെ (അവ പ്രിതിനിധാനം ചെയ്യുന്ന സ്വഭാവ ങ്ങളുടെയും) ഇളംനിറത്തിനും കടുംനിറത്തിനും നിദാനം ജനിതകം തന്നെ. സാന്ദ്രതയുടെ ഏറ്റക്കുറച്ചിൽ എങ്ങനെ സംഭവിക്കാമെന്നു ള്ളതിന്റെ വ്യക്തമായ ഒരു ദൃഷ്ടാന്തമായി, കെറ്റിൽവെല്ലിന്റെ പരീക്ഷണ ത്തെ പരിഗണിക്കാം. ഏതെങ്കിലും ഒരു ജീനിനോ ഒരുപറ്റം ജീനുകൾക്കോ ഇതുപോലെ പ്രാമുഖ്യം ലഭിക്കുന്നുവെങ്കിൽ, ആ ദിശയിലേക്കാവും പരിണാമത്തിന്റെ ഗതി.

അടുത്തയിടെ, കെറ്റിൽവെൽ നടത്തിയ പരീക്ഷണങ്ങളുടെ സാധു തയെക്കുറിച്ചുണ്ടായിട്ടുള്ള വിമർശങ്ങൾ ഇവിടെ വിസ്മരിക്കുന്നില്ല. എന്നി രിക്കിലും അദ്ദേഹം നടത്തിയ കണ്ടെത്തലുകളുടെ അന്തഃസത്ത ഇന്നും പരക്കെ അംഗീകരിക്കപ്പെടുന്നു.

E. coli - യിൽ നടന്ന പരീക്ഷണത്തിൽനിന്ന്: (E. coli എന്നത് എസ്ചറീഷ്യ കോളെ എന്നു വിളിക്കപ്പെടുന്ന ഒരുതരം ബാക്ടീരിയ. സാധാരണയായി മനുഷ്യനടക്കം ഉഷ്ണരക്തജീവികളുടെ ചെറുകുട ലിൽ കണ്ടുവരുന്നു. പൊതുവെ ആപൽക്കാരിയല്ല. എങ്കിലും ചിലപ്പോ ഴെങ്കിലും 'ഭക്ഷ്യവിഷബാധയുമായി' ബന്ധപ്പെട്ട് ഉപദ്രവകാരികളാ വാറുണ്ട്). സ്ഥിരമായി, 2000 'തലമുറ'കളായി, 37°cൽ വളരുന്ന ഒരു E. coli സമൂഹത്തെ പലവിഭാഗങ്ങളായി വേർതിരിച്ചു. ഒരു വിഭാഗം 37°cൽ തന്നെ വളരാൻ അനുവദിക്കപ്പെട്ടപ്പോൾ മറുവിഭാഗങ്ങൾ 32°c, 42°cഎന്നീ ഊഷ്മാവിൽ വളരാൻ അനുവദിക്കപ്പെട്ടു. ഇങ്ങനെ വേർപെട്ട E. coli സമൂഹങ്ങൾ തുടർച്ചയായി 2000 'തലമുറ'കൾ വളർത്തപ്പെട്ടു. ഒടുവിൽ ഓരോ വിഭാഗത്തിലുമുള്ള E. coli വിശകലത്തിനു വിധേയമായി. 32°c-യിലും 42°cയിലും പരിപാലിക്കപ്പെട്ട E. coli, യഥാക്രമം പത്തും ഇരുപ തും ശതമാനം (അവയുടെ മാതൃസമൂഹത്തെക്കാൾ) മെച്ചപ്പെട്ട രീതിയിൽ വളരുന്നതായി കണ്ടു. മാറിമറിയുന്ന സാഹചര്യത്തോട് എത്ര ഭംഗിയായി ഇഴുകിച്ചേരുവാൻ ജീവികൾക്ക് സാധ്യമാകും എന്നതിന്റെ ഒരു തെളിവത്രെ, മേൽവിവരിച്ച പരീക്ഷണഫലം. മ്യൂട്ടേഷനും പ്രകൃതി നിർധാരണ പ്രക്രിയയും ഒരുമിച്ചു പ്രവർത്തിച്ചതിന്റെ ഫലമായാവണം പരിസരവുമായി ഇഴുകിച്ചേരുവാൻ E. coli യെ സഹായിച്ചത് എന്നുവേണം അനുമാനിക്കാൻ.

മ്യൂട്ടേഷനും സ്വാഭാവിക തെരഞ്ഞെടുക്കലും ഒത്തുചേർന്ന്

പ്രവർത്തിക്കുന്നതിന്റെ മറ്റൊരു ഉദാഹരണമിതാ: Chlamydomonas (ക്ലാമിഡോ മോണാസ്) എന്ന പച്ചനിറമുള്ള ആൽഗേയിലാണ് ഈ പരീക്ഷണം. ക്ലോറോഫിൽ (Chlorophyll) ഉണ്ടെന്നുള്ളതിനാൽ, സൂര്യപ്രകാശത്തിന്റെ സാന്നിധ്യത്തിൽ ആഹാരം പാകപ്പെടുത്തുവാൻ കഴിയും. സൂര്യപ്രകാശത്തിന്റെ അഭാവത്തിൽ, Acetate ഉപയോഗിച്ചും ആഹാരം ഉൽപ്പാദിപ്പിക്കാൻ കഴിയും. പക്ഷേ, സൂര്യപ്രകാശത്തിന്റെ സാന്നിധ്യത്തിൽ നടത്തുന്നതിനാണ് മുൻഗണന; അതിനാണ് കാര്യക്ഷമതയും. ഗ്രഹാം ബെൽ എന്ന ശാസ്ത്രജ്ഞൻ നടത്തിയ പരീക്ഷണത്തിൽ, ക്ലാമിഡോമോണാസിന്റെ 600 തലമുറകൾ വളർത്തുകയുണ്ടായി. 600 തലമുറകൾക്കപ്പുറം, ക്ലാമിഡോമോണാസിനെ പരിശോധിച്ചപ്പോൾ കിട്ടിയഫലം വളരെ ആശ്ചര്യമുളവാക്കുന്നതായിരുന്നു - അതിലുണ്ടായിരുന്ന മൊത്തം ആൽഗേയും ഇരുട്ടിൽ വളരുവാൻ നന്നായി 'ശീലിച്ചതായി' കണ്ടെത്തി. ഇരുട്ടിൽ ഭംഗിയായി വളരുന്നതിന് അനുയോജ്യമായതരത്തിൽ മ്യൂട്ടേഷൻ ഉണ്ടാവുകയും, അത്തരം മ്യൂട്ടന്റുകൾ സ്വാഭാവിക തെരഞ്ഞെടുക്കലിൽ വിജയിക്കുകയും തദ്വാര പുതിയ സാഹചര്യമായി വളരെ ഇഴുകിച്ചേരുകയും (Adapt) ചെയ്തതായി കാണാൻ കഴിഞ്ഞു.

6

ലാമാർക്കിയൻ തത്വവും പരിണാമവും

പരിതഃസ്ഥിതിയുടെ സമ്മർദത്തിൽ ജീവജാലങ്ങൾ പുതിയ സ്വഭാവങ്ങൾ ആർജിക്കുകയും ഇത്തരം ആർജിതസ്വഭാവങ്ങൾ വരുംതലമുറകളിലേക്ക് പകർത്തപ്പെടുന്നതു നിമിത്തം കൂടുതൽ വൈവിധ്യമാർന്ന സംഭവങ്ങളുണ്ടാവുകയും, ഈ സമൂഹങ്ങൾ പിന്നീട് പുതിയ സ്പീഷീസുകളായി പരിണമിക്കാമെന്നുമാണല്ലോ ലാമാർക്കിയൻ സിദ്ധാന്തത്തിന്റെ കാതൽ. പക്ഷേ, തന്റെ സിദ്ധാന്തങ്ങൾ പരീക്ഷണങ്ങളിലൂടെ സമർഥിക്കാൻ അദ്ദേഹത്തിനു കഴിഞ്ഞിരുന്നില്ല. പുതിയ സ്വഭാവങ്ങൾ ആർജിക്കുന്നതിന്റെ കാതലായ പ്രക്രിയ എന്താണ്. എല്ലാത്തരം ആർജിത സ്വഭാവങ്ങളും അടുത്ത തലമുറയിലേക്ക് പകർത്തപ്പെടുമോ? സ്വഭാവങ്ങൾ അടുത്ത തലമുറയിലേക്ക് പകർത്തപ്പെടുന്നതെങ്ങനെ? എന്നിങ്ങനെയുള്ള അനേകം ചോദ്യങ്ങൾക്ക് ഉത്തരംപറയാൻ അന്നു ലാമാർക്കിനു കഴിഞ്ഞില്ല.

ലാമാർക്കിന്റെ കാലശേഷം, അദ്ദേഹത്തിന്റെ സിദ്ധാന്തത്തെ വിലയിരുത്തുന്നതിനും, അതിന്റെ സാധ്യത ആരായുന്നതിനുമായി വളരെയധികം ശ്രമങ്ങൾ നടന്നിരുന്നു. അവയിൽ ചിലതെങ്കിലും ലാമാർക്കിയൻ തത്വത്തിന്റെ (സിദ്ധാന്തത്തിന്റെ) പ്രസക്തിയെ തുറന്നുകാട്ടുന്നതായിരുന്നു. എലികളെ ഉപയോഗിച്ച് 1900ത്തിനുശേഷം ഹാവാർഡിലെ വില്യം മക്ഭൂഗൽ നടത്തിയ പരീക്ഷണങ്ങൾ ഈ അവസരത്തിൽ ശ്രദ്ധേയമാണ്. കുരുക്കുകളും തടസങ്ങളും നിറഞ്ഞ വളരെ പതുക്കെ പോകുന്ന ഒരു പാതയിലൂടെ അതിന്റെ യഥാർഥദിശ കണ്ടെത്തുന്നതിനായി നിയോഗിക്കപ്പെട്ട ഒരെലി നൂറിൽപ്പരംതവണ ഗതിയറിയാതെ അലയേണ്ടിവന്നു ഒടുവിൽ ലക്ഷ്യസ്ഥാനത്തെത്താൻ. തുടർന്ന് ഏതാനും തലമുറകൾ സ്ഥിരമായി 'പരിശീലനം' ലഭിച്ച എലികൾ കേവലം 20 തവണകൊണ്ട്

ലക്ഷ്യസ്ഥാനത്തെത്തിയെന്നതാണ് ആശ്ചര്യകരമായ ഒരു വസ്തുത. ആർജിതസ്വഭാവത്തിനും പാരമ്പര്യവുമായി അതിനുള്ള ബന്ധവും വെളിവാകുന്നതായിരുന്നു പ്രധാന പരീക്ഷണം.

മോളിക്യുലാർ ബയോളജിയിലെ കണ്ടെത്തലുകളുടെ വെളിച്ചത്തിൽ ലാമാർക്കിയൻ സിദ്ധാന്തത്തെ നമുക്കൊന്നു വിലയിരുത്താം. സാഹചര്യത്തിന്റെ സമ്മർദത്തിനു ജീവികളിൽ മാറ്റമുണ്ടാക്കാൻ കഴിയുമോ? ഈ ചോദ്യത്തിനുത്തരം രണ്ടുദാഹരണങ്ങളിലൂടെ ഇവിടെ ഹ്രസ്വമായി വിവരിക്കട്ടെ. വ്യാപകമായ കീടനാശിനി പ്രയോഗത്തിലൂടെ നമ്മുടെ നാട്ടിൽ എന്താണ് സംഭവിച്ചത്? കീടങ്ങൾ വളരെയധികം ചത്തൊടുങ്ങി എന്നത് യാഥാർഥ്യം. അതിനോടൊപ്പം കീടങ്ങളല്ലാത്തവ-പലപ്പോഴും നമുക്ക് ഉപകാരികളായവകൂടി നശിച്ചു എന്നത് നമുക്ക് ഏവർക്കും അറിയാവുന്നതാണല്ലോ. പിന്നീട്, കുറച്ചുകാലംകൂടി കഴിഞ്ഞപ്പോൾ, കീടങ്ങൾ പലതും വീണ്ടും പ്രത്യക്ഷപ്പെട്ടുതുടങ്ങി. സാധാരണ അളവിൽ കീടനാശിനികൾ പ്രയോഗിച്ചാൽ ഇവ ചത്തൊടുങ്ങുന്നുമില്ല. ഇവയെ നശിപ്പിക്കണമെങ്കിൽ വളരെ കൂടിയ അളവിൽ കീടനാശിനികൾ പ്രയോഗിക്കേണ്ടിവരുന്നു. കീടനാശിനികൾക്കെതിരെ ഇത്തരം കീടങ്ങൾ ഒരു തരത്തിലുള്ള പ്രതിരോധശക്തി ആർജിക്കുന്നതിനാലാണ് ഇങ്ങനെ സംഭവിക്കുന്നത്. തന്നെയുമല്ല, ഇത്തരത്തിൽ ആർജിച്ച പ്രതിരോധശക്തി അടുത്ത തലമുറയിലേക്ക് പകർത്തപ്പെടുകയും ചെയ്യുന്നു. പ്രതിരോധശക്തി ജീനിലേക്ക് ആവാഹിക്കപ്പെടുന്നു എന്നുസാരം. ഇതുപോലെ തന്നെയാണല്ലോ, ബാക്ടീരിയപോലുള്ള സൂക്ഷ്മജീവികളിലും സംഭവിക്കുന്നത്. ആന്റിബയോട്ടിക്കുകളെ പ്രതിരോധിക്കാൻ കെൽപ്പുള്ള ബാക്ടീരിയകൾ ഉണ്ടെന്നുള്ള വസ്തുത ഏവർക്കും അറിയാവുന്നതാണല്ലോ. ആന്റിബയോട്ടിക്കുകൾക്കെതിരെയുള്ള പ്രതിരോധശക്തി പാരമ്പര്യമായി പകർത്തപ്പെടുമെന്നുള്ളതും ഇപ്പോൾ വളരെ വ്യക്തമായ ഒരു കാര്യമാണ്. ബാക്ടീരിയകളിൽ ഒരു വിഭാഗം 'മ്യൂട്ടേഷന്' വിധേയമാവുന്നതിനാലാണ് ആന്റിബയോട്ടിക്കുകളെ പ്രതിരോധിക്കാനാവുന്നത് എന്നും തെളിയിക്കപ്പെട്ടു കഴിഞ്ഞിരിക്കുന്നു. (ആന്റിബയോട്ടിക്കുകളിലെ ബിറ്റാലക്ടം എന്ന വസ്തുവിനെ 'ദഹിപ്പിക്കുന്ന' ലാക്ടമേസ് എൻസൈം (ദഹന/പചന രസം) ആണ് മ്യൂട്ടേഷനിലൂടെ ബാക്ടീരിയകൾ ആർജിക്കുന്നത്). തന്നെയുമല്ല, ഈ മ്യൂട്ടേഷൻ സംഭവിച്ച ഈ (ലാക്ടമേസ്) ജീൻ മറ്റു ബാക്ടീരിയകളിലേക്ക് 'പകർത്തപ്പെടുമെന്നും' അടുത്തകാലത്ത് തെളിയിക്കുകയുണ്ടായിട്ടുണ്ട്. വ്യാപകമായി ആന്റിബയോട്ടിക്കുകൾ ഉപയോഗിക്കുന്ന സാഹചര്യത്തിൽപ്പോലും ഇത്തരം മ്യൂട്ടേഷൻ സംഭവിച്ച ബാക്ടീരിയകൾക്ക് നാശം സംഭവിക്കുന്നില്ല. അതേസമയം മ്യൂട്ടേഷനിലൂടെ ലാക്ടമേസ് ജീൻ ആർജിക്കാത്ത ബാക്ടീരിയകൾ ആന്റിബയോട്ടിക്കുകളുടെ അന്തരീക്ഷത്തിൽ നശിച്ചുപോകുന്നു. ഇങ്ങനെ വരുമ്പോൾ രണ്ടു ബാക്ടീരിയ സമൂഹങ്ങളുണ്ടാവുന്നു. ഒന്ന് മാതൃസമൂഹവും മറ്റേത് സാഹചര്യത്തിന്റെ സമ്മർദത്തിലുണ്ടായ ഒരു മ്യൂട്ടന്റ് സമൂഹവും. നാച

റൽ സെലക്ഷൻ പ്രക്രിയയിൽ കൂടുതൽ വിജയിക്കാൻ കഴിയുന്നത് മ്യൂട്ടന്റ് സമൂഹത്തിനാണെന്നുവേണം കരുതാൻ. സാഹചര്യത്തിന്റെ സമ്മർദത്താൽ പുതിയ സ്വഭാവങ്ങൾ ആർജിക്കുകയും ആർജിതസ്വഭാവം അടുത്ത തലമുറയിലേക്ക് പകർത്താനാവുമെന്നും ഇത്തരം ആർജിതസ്വഭാവങ്ങൾ ഉള്ളവ പ്രകൃതിയുടെ തെരഞ്ഞെടുക്കൽ (നാചറൽ സെലക്ഷൻ) പ്രക്രിയയിലൂടെ വിജയിക്കുമെന്നും ഉള്ള വാദഗതിക്ക് ഉത്തമ ഉദാഹരണമാണിത്. ലാമാർക്കിയൻ - ഡാർവീനിയൻ - ഡീവ്റിസ് - തത്വങ്ങളുടെ ഒരു സമന്വയം. സാഹചര്യങ്ങളുടെ സമ്മർദത്തിനു വിധേയമായി ജനിതക വ്യതിയാനമുണ്ടാവാമെന്ന് വീണ്ടും തെളിവുകൾ വന്നുകൊണ്ടേയിരിക്കുന്നു. ബാർബറ മക്ലിൻടോക്കിന് നോബൽ സമ്മാനം നേടിക്കൊടുത്ത ഒരു കണ്ടുപിടിത്തമാണ് 'ട്രാൻപോസോമുകൾ.' പ്രതികൂല സാഹചര്യങ്ങൾ (കഠിനമായ അന്തരീക്ഷ മാറ്റങ്ങളാവാം, മറ്റു സാഹചര്യങ്ങളാവാം) DNA-യിൽ തന്നെ പല സ്ഥാനചലനങ്ങൾക്ക് കാരണമാവാം എന്നതാണ് ആ കണ്ടെത്തൽ. ഇത്തരം സ്ഥാനചലനങ്ങൾ സംഭവിക്കുന്ന ജീനുകളെ അവർ 'കുതിക്കുന്ന ജീനുകൾ' (Jumping genes) എന്നുവിളിച്ചു. മറ്റു ജീനുകളുടെ പ്രവർത്തനത്തെ തടയുവാനോ ത്വരിതപ്പെടുത്തുവാനോ ഇത്തരം 'കുതിക്കുന്ന ജീനുകൾക്ക്' കഴിയുമെന്നതിനാൽ അവയെ Transposomeകൾ എന്നുവിളിച്ചു. സാഹചര്യസമ്മർദങ്ങൾക്ക് ജനിതക മാറ്റങ്ങൾ സൃഷ്ടിക്കാനാവുമെന്ന് വ്യക്തമാക്കുന്നതായിരുന്നു ട്രാൻപോസോമുകളുടെ കണ്ടെത്തൽ. സാഹചര്യത്തിൽ വരുന്ന മാറ്റം പുതിയ സ്വഭാവങ്ങൾ ആർജിക്കാമെന്ന് ലാമാർക്ക് പ്രവചിച്ചശേഷം രണ്ടു നൂറ്റാണ്ടിനപ്പുറമാണ് അതിന്റെ വ്യക്തമായ തെളിവുകൾ നമുക്ക് ലഭിച്ചത്.

ലാമാർക്കിസത്തെ പിന്തുണയ്ക്കുന്ന മറ്റൊരുദാഹരണം ഇതാ: പരീക്ഷണം നടക്കുന്നത് 1988-ൽ, സ്ഥലം ഓക്സ്ഫോർഡ് യൂണിവേഴ്സിറ്റി. ജോൺ കേൺ (Cairns) എന്ന ഭിഷഗ്വരൻ അഥവാ ശാസ്ത്രജ്ഞൻ E. Coli എന്ന ബാക്ടീരിയയിൽ ഒരു പഠനംനടത്തി. ജീൻ വ്യതിയാനം (മ്യൂട്ടേഷൻ) സംഭവിച്ച ഒരുപറ്റം E. Coli ആണ് അദ്ദേഹം തന്റെ പഠനത്തിനായി തെരഞ്ഞെടുത്തത്. മ്യൂട്ടേഷൻ സംഭവിച്ചിരുന്നതിനാൽ ലാക്ടോസ് എന്ന അന്നജം ഉപയോഗിച്ച് ജീവിക്കാനുള്ള കഴിവ് ഈ തരം E. Coli ക്ക് ഉണ്ടായിരുന്നില്ല. ഇത്തരം ബാക്ടീരിയയെ ലാക്ടോസ് അല്ലാതെ മറ്റൊന്നും ലഭിക്കാത്ത ഒരു പരിതഃസ്ഥിതിയിൽ വളരാനനുവദിച്ചു (അഥവാ പ്രേരിപ്പിച്ചു). ആശ്ചര്യം എന്നു പറയട്ടെ ലാക്ടോസ് ഉപയോഗിക്കാൻ കഴിയാത്ത ബാക്ടീരിയ (E. Coli) ലാക്ടോസ് ഉപയോഗിച്ചു തുടങ്ങിയിരിക്കുന്നു! സാഹചര്യത്തിനനുസൃതമായി അവ തങ്ങളുടെ ജീനുകളെ രൂപാന്തരപ്പെടുത്തി എന്നുവേണം ഇതിൽ നിന്നനുമാനിക്കാൻ. തന്നെയുമല്ല, ലാക്ടോസിനെ ഉപയോഗിക്കുവാനുള്ള കഴിവ് അനന്തരതലമുറകളിലേക്ക് കൈമാറ്റപ്പെടുന്നതായും കാണുകയുണ്ടായി. കൂടാതെ, യീസ്റ്റ് കോശങ്ങളോടൊപ്പം പ്രയോണുകൾ (ചെറിയ

ഒരു പ്രോട്ടീൻ തന്മാത്ര വൈറസുകളെപ്പോലെ അസുഖം പരത്തുന്നതിനുള്ള കഴിവ് ഇവയ്ക്കുണ്ടെന്ന് കരുതപ്പെടുന്നു) (ഉദാ: പ്രയോൺ പ്രോട്ടീനായ Sup 35) ഉള്ള പക്ഷം പുതിയ ജീനുകൾ ആർജ്ജിക്കുവാനുള്ള കഴിവ് ഉണ്ടാവുന്നു - ചില അസുഖങ്ങളെ ചെറുത്തുനിൽക്കുവാനുള്ള ഒരു പ്രത്യേകകഴിവ് ഇത്തരം ആർജിതജീനുകൾക്ക് ഉണ്ടെന്ന് തെളിയിക്കപ്പെട്ടിട്ടുണ്ട്. ലാമാർക്കിയൻ സിദ്ധാന്തത്തിന് മറ്റൊരു പിന്തുണ!

പ്രവർത്തനത്തിൽ കൃത്യത കുറവായത് ഒരുതരം DNA പോളിമെറൈസ് ജീൻ ഇരട്ടിപ്പിക്കൽ പ്രക്രിയയിൽ ചില തെറ്റുകൾ സംഭവിക്കാൻ കാരണമാവുന്നു (മ്യൂട്ടേഷൻ). ഇങ്ങനെ വ്യതിയാനം സംഭവിച്ച (മ്യൂട്ടേഷൻ) ജീനുകൾ ചില പുതിയ സ്വഭാവങ്ങൾ ഉടലെടുക്കാൻ ഇടയാകുന്നു. ഇങ്ങനെ ആർജിച്ച പുതിയ സ്വഭാവങ്ങൾ ചിലപ്പോൾ വ്യത്യസ്തമായ ഒരു ജീവിയുടെ ജന്മത്തിന് കാരണമായേക്കാം - വീണ്ടും ലാമാർക്കിയൻ സിദ്ധാന്തത്തിന് പിന്തുണ?

ഡാർവിനിയൻ ലാമാർക്കിയൻ സിദ്ധാന്തങ്ങളുടെ ഒരു താരതമ്യ പഠനം

ഈ ഭൂമിയിലെ എല്ലാ ജീവജാലങ്ങളും പരിണമിച്ചുണ്ടായതാണെന്ന് ഡാർവിനും ലാമാർക്കും ഒരുപോലെ സമ്മതിച്ചിരുന്നു. പക്ഷേ, പരിണാമത്തിന്റെ 'ശൈലി' എന്തായിരുന്നു എന്നതിനെക്കുറിച്ച് രണ്ടുപേർക്കും വ്യത്യസ്തമായ അഭിപ്രായങ്ങളായിരുന്നു. സാഹചര്യത്തിന്റെ സമ്മർദം തന്നെയാണ് പരിണാമത്തിന്റെ മുഖ്യ കാരണമായി രണ്ടുപേരും വിലയിരുത്തിയത്. ലാമാർക്കാവട്ടെ, സാഹചര്യങ്ങളുടെ സമ്മർദങ്ങൾക്കു വിധേയമായി ജീവികൾ അവരുടെ ഘടനയിൽ മാറ്റങ്ങൾ വരുത്തിയതായി വിശ്വസിച്ചു. അതേസമയം ഡാർവിൻ തന്റെ 'സ്വാഭാവികതെരഞ്ഞെടുക്കൽ' നാചറൽ സെലക്ഷൻ പ്രക്രിയയിലൂടെ മാറ്റങ്ങൾ ഉണ്ടായി എന്നു വിശ്വസിച്ചു. ഉദാഹരണത്തിന് ഇന്ന് നാം കാണുന്ന സസ്തനജീവികളിൽ ഏറ്റവും ഉയരമുള്ള മൃഗമാണല്ലൊ ജിറാഫ്. ആയിരത്തി എഴുന്നൂറോളം കിലോഗ്രാം ഭാരം വരുന്ന ജിറാഫിന്റെ ശരീരത്തിന്റെ ഏറ്റവും വലിയ പ്രത്യേകത അതിന്റെ നീളമുള്ള കഴുത്തുതന്നെ. എന്നു മുതൽക്കാണ് ജിറാഫ് ഇത്രയും നീളമുള്ള കഴുത്തിന്റെ ഉടമയായത്. കുറെ ലക്ഷം വർഷങ്ങളായിക്കാണണം. ഏകദേശം രണ്ടുകോടി വർഷം മുൻപു ജീവിച്ചിരുന്ന 'പാലിയോട്രാഗസ്' ഇപ്പോഴത്തെ ജിറാഫിന്റെ മുൻഗാമിയാണെന്ന് കരുതപ്പെടുന്നു. പല കാരണങ്ങൾകൊണ്ടും ജിറാഫിന്റെ ശരീരപ്രകൃതിയോട് സാമ്യമുണ്ടായിരുന്നു പാലിയോട്രാഗസിന്. അക്കാരണത്താൽ ഇവ രണ്ടിനേയും ശാസ്ത്രജ്ഞന്മാർ ഒരു വലിയ കുടുംബത്തിലെ (സൂപ്പർ ഫാമിലി) അംഗങ്ങളായി കണക്കാക്കിയിരുന്നു. സാമ്യമേറെയുണ്ടായിരുന്നെങ്കിലും കഴുത്തിന്റെ വലിപ്പത്തിൽ ജിറാഫ് പാലിയോട്രാഗസിനെക്കാൾ വളരെ (ഏകദേശം മൂന്നര മീറ്റർ) മുന്നിൽ. ഒരു സൂപ്പർ കുടുംബത്തിലെ അംഗങ്ങളായിട്ടും ഇത്രയധികം വലുപ്പ

വ്യത്യാസം എങ്ങനെയുണ്ടായി? ഏകദേശം മൂന്നുകോടി വർഷങ്ങൾ കൊണ്ടുണ്ടായ പരിണാമം! ഈ പ്രക്രിയ എങ്ങനെ വിശദീകരിക്കാനാവും. തീർത്തും സസ്യഭുക്കായ ജിറാഫുവർഗത്തിന്റെ മുൻഗാമികൾ മുഖ്യമായും വനവാസികളായിരുന്നു എന്നു തെളിവുകൾ സൂചിപ്പിക്കുന്നു. ആറ് അടിയോളം മാത്രം വലിപ്പമുണ്ടായിരുന്ന പാലിയോട്രാഗസ് ആഹാരത്തിനായി ആശ്രയിച്ചിരുന്നത് ഉയരം കുറഞ്ഞ സസ്യങ്ങളെയായിരുന്നു. കാലക്രമേണ, ഭൂതലത്തിലും അന്തരീക്ഷത്തിലും സംഭവിച്ച മാറ്റങ്ങൾകൊണ്ടാകാം ലാമാർക്കിന്റെതന്നെ ഭാഷയിൽ പറഞ്ഞാൽ പരിസരങ്ങളിൽ കാലാകാലങ്ങളിലായി ഉണ്ടാവുന്ന വ്യതിയാനം ഓരോ ജീവിയുടെയും 'ജീവിതശൈലിയിൽ' മാറ്റങ്ങളുണ്ടാവുന്നതിന് പ്രേരിപ്പിക്കുന്നു. ഇത്തരം പ്രേരകശക്തി, ശരീരഘടനയിലും ജീവിയുടെ സ്വഭാവത്തിനും കാര്യമായ മാറ്റങ്ങൾ ഉണ്ടാക്കുന്നു. ഉയരംകുറഞ്ഞ ചെടികളുടെ ദൗർലഭ്യംമൂലം ഉയരംകൂടിയ സസ്യങ്ങളെ (വൃക്ഷങ്ങളെ) ആശ്രയിക്കേണ്ടതായി വന്നിരിക്കണം. ആഹാരസമ്പാദനത്തിനായി വളരെ ശക്തിയായി തങ്ങളുടെ കഴുത്ത് 'എത്തിവലിക്കേണ്ടുന്ന' ഒരവസ്ഥ സംജാതമായി. ലാമാർക്കിയൻ സിദ്ധാന്തപ്രകാരം ഇങ്ങനെയൊരു ശ്രമത്തിനിടയിൽ ചില ജിറാഫുകളുടെ കഴുത്തിന് അൽപ്പമെങ്കിലും നീളം (ഏതാനും മില്ലിമീറ്റർ ആയിരിക്കാം) വർധിച്ചിരിക്കണം. ഇത്തരം വർധന അടുത്ത തലമുറയ്ക്ക് ആഗിരണം ചെയ്യപ്പെടുമ്പോൾ പല തലമുറകളായി (കോടിക്കണക്കിനു വർഷങ്ങൾകൊണ്ട്) സംഭവിച്ചുകൊണ്ടിരുന്ന ഇത്തരം 'വലുപ്പംകൂടൽ' പ്രക്രിയ മൂന്നുകോടി വർഷം മുൻപുണ്ടായിരുന്ന 'പാലിയോട്രാഗസിൽനിന്നും ഇന്നുകാണുന്ന ജിറാഫിൽ എത്തിനിൽക്കുന്നു. കഴുത്തിന്റെ 'വലിപ്പംകൂടൽ പ്രക്രിയ' ഡാർവിൻ എങ്ങനെ വിശദീകരിക്കുന്നു എന്നു നോക്കാം. ഏകദേശം രണ്ടുകോടി വർഷങ്ങൾക്കുമുൻപ് ജീവിച്ചിരുന്ന ഹ്രസ്വമായ കഴുത്തിന്റെ ഉടമയായിരുന്ന 'പാലിയോട്രാഗസ്' ഒരു 'തെരഞ്ഞെടുക്കൽ സമ്മർദത്തിന്' വിധേയമായി എന്നതാണ് ഡാർവിന്റെ വാദഗതി. കടുപ്പമുള്ള വരൾച്ചമൂലം ചെറുസസ്യങ്ങൾ അപ്രത്യക്ഷമാവുകയും 'പാലിയോട്രാഗസിന്' ആഹാരദൗർലഭ്യം അനുഭവപ്പെടുകയും, ആഹാരത്തിന് ഉയരമുള്ള വൃക്ഷത്തിന്റെ ഇലകളെ അവയ്ക്ക് ആശ്രയിക്കേണ്ടിവരികയും ചെയ്തു എന്നതാണ് 'സാഹചര്യ സമ്മർദത്തിന്റെ' മുഖ്യ

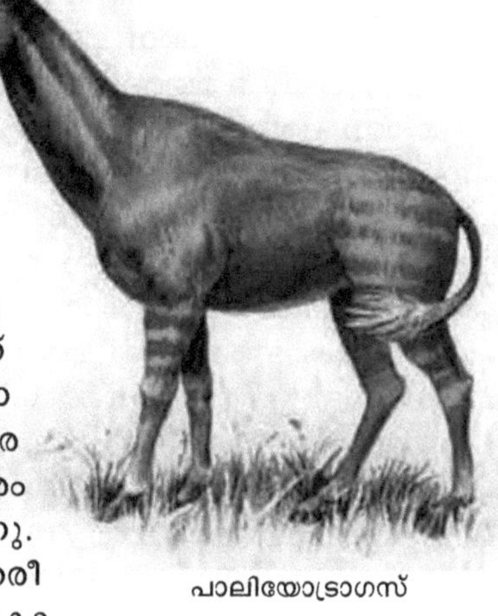
പാലിയോട്രാഗസ്

കാരണം. അത്തരം ഒരു സാഹചര്യത്തിൽ നീണ്ട കഴുത്തുള്ളവയ്ക്ക് മാത്രമേ ആഹാരസമ്പാദനത്തിന് നിവർത്തിയുണ്ടായിരുന്നുള്ളൂ. കഴുത്തിന് നീളം കുറവെങ്കിൽ അവ ചത്തൊടുങ്ങുകയേ നിർവാഹമുള്ളൂ എന്നു സാരം. പ്രകൃതിയുടെ തെരഞ്ഞെടുക്കൽപ്രക്രിയ (നാച്ചറൽ സെലക്ഷൻ) ഇവിടെയാണ് പരിണാമത്തിന് അനുകൂലമായി വർത്തിച്ചത്. ഇത്തരം ഒരു പരിണാമത്തെ മറ്റൊരു ഘടകംകൂടി അതീവമായി സ്വാധീനിച്ചതായി അടുത്തയിടെ നടന്ന ഗവേഷണങ്ങൾ സൂചിപ്പിക്കുന്നു. ആൺ ജിറാഫുകൾക്കിടയിൽ (അഥവാ അവയ്ക്കു മുൻഗാമികളിൽ) താരതമ്യേന നീണ്ട കഴുത്തുള്ളവയ്ക്ക് പെൺ ജിറാഫുകൾ തങ്ങളുടെ ഇണകളാകുന്നതിന് മുൻഗണന കൊടുത്തതായി കാണുന്നു. അത്തരം ഒരു 'മുൻഗണനാക്രമം' പിന്നീടുള്ള തലമുറയ്ക്ക് നീണ്ടകഴുത്ത് പ്രദാനം ചെയ്യുന്നതിന് കാരണമായി എന്നു കരുതാം. ഈ വിശദീകരണത്തിൽ നമുക്കു സ്വാഭാവികമായും തോന്നാവുന്ന ഒരു സംശയം. കഴുത്തിനും അതിന്റെ പേശികൾക്കും പാരമ്പര്യവുമായി എന്തെങ്കിലും തരത്തിൽ ബന്ധമുണ്ടോ. നീളമുള്ള കഴുത്ത് അഥവാ കഴുത്തിന്റെ നീളം അടുത്ത തലമുറയെ ബാധിക്കുമോ? ഈ അടുത്തകാലത്ത് (2007 ൽ) അമേരിക്കയിലെ നോർത്ത് വെസ്റ്റ് യൂണിവേഴ്സിറ്റിയിൽ നടന്ന പരീക്ഷണങ്ങളുടെ ഫലം ശ്രദ്ധിക്കൂ. നായ്ക്കളിൽ കഴുത്തിന്റെയും കൈകാലുകളുടെയും പേശിയുടെ ഘടനയെ നിയന്ത്രിക്കുന്ന മയോസ്റ്റാറ്റിൻ (MSTN) ജീനുകളിലാണ് പ്രസ്തുത പഠനം നടത്തിയത്. വ്യതിയാനം വന്നിട്ടുള്ള MSTN ജീനുകൾ (മ്യൂട്ടേറ്റഡ്) ഉള്ള നായ്ക്കൾ കൂടുതൽ ദൃഢപേശികൾ ഉള്ളവയായി കാണപ്പെട്ടു. നായ്ക്കളിൽ മാത്രമല്ല, പശു, ആട്, മനുഷ്യൻ എന്നീ ജീവികളിലും MSTN ജീൻ വ്യതിയാനങ്ങൾ പേശികളുടെ ശേഷിയെ നിയന്ത്രിക്കുന്നതായി കാണപ്പെട്ടിട്ടുണ്ട്. MSTN ജീനുകളിലോ അതുപോലെ മറ്റു ജീനുകളിലോ വ്യതിയാനങ്ങൾ ജിറാഫിന്റെ പരിണാമത്തെയും സ്വാധീനിച്ചിരിക്കുമെന്ന് ന്യായമായും കരുതാവുന്നതാണല്ലോ.

മനുഷ്യൻ ജന്മമെടുത്തത് എങ്ങനെ?

മനുഷ്യൻ (അഥവാ ആധുനിക മനുഷ്യൻ) ഭൂജാതനായിട്ട് എത്ര വർഷം ആയിക്കാണും? ഇപ്പോഴും ചർച്ചയിലോ തർക്കത്തിലോ ഇരിക്കുന്ന വിഷയമാണിത്. കൃത്യമായി പറയുവാൻ പ്രയാസം എങ്കിലും മനുഷ്യരൂപത്തോടു സാമ്യമുള്ള ജീവികളിൽനിന്നാണ് ഇന്നത്തെ മനുഷ്യന്റെ ഉത്ഭവമെന്നത് നിസ്തർക്കമത്രെ. 1868 ൽ ലൂയിസ് ലാർത്തെ എന്ന ഗവേഷകന്റെ നേതൃത്വത്തിൽ നടന്ന പര്യവേക്ഷണത്തിലൂടെ, ഫ്രാൻസിലെ 'ക്രോമാഗ്നോൺ പാറ' (Cromagnon Rock Shelter) യിൽനിന്നു കണ്ടെത്തിയ ഫോസിലുകളാണ് മനുഷ്യന്റെ അടുത്ത മുൻഗാമികളിൽ ഒന്നിനെ നമുക്ക് പരിചയപ്പെടുവാൻ അവസരം ഉണ്ടാക്കിത്തന്നത്. ക്രോമാഗ്നോൺ എന്നുതന്നെ ഈ 'പ്രാചീന മനുഷ്യരൂപത്തിന്' പേർ ലഭിക്കുകയും ചെയ്തു. മനുഷ്യന്റേതുപോലെ ഉയർന്ന നെറ്റിത്തടവും, രണ്ടു

ക്രോമാഗ്നോൺ മനുഷ്യൻ

കാലുകളിൽ ഉയർന്ന് നേരെ നിൽക്കുന്ന ആ സ്വഭാവവും ക്രോമാഗ്നോണിനുണ്ടായിരുന്നു. അവയുടെ ദൃഢഗാത്രവും തലയോട്ടിയുടെ വലിപ്പവുമൊഴിച്ചാൽ എല്ലാത്തരത്തിലും ആധുനികമനുഷ്യന് സമന്മാർ ആയിരുന്നു ക്രോമാഗ്നോണുകൾ. 2003 ൽ നടത്തിയ മോളിക്കുലാർ ബയോളജി പഠനങ്ങളനുസരിച്ച് ക്രോമാഗ്നോണുകളിൽ ആധുനികമനുഷ്യരുമായി വളരെ ജനിതകസാമ്യമുള്ളതായി കാണാം. ക്രോമാഗ്നോണുകളിൽ നിന്നാവാം ആധുനികമനുഷ്യൻ ഉത്ഭവിച്ചത് എന്നുപോലും നമുക്ക് അനുമാനിക്കാനാവും. ഏകദേശം 10,000 മുതൽ 45,000 വർഷം മുൻപ് ജീവിച്ചിരുന്ന ക്രോമാഗ്നോണുകൾ കുടിലുകൾ, ആയുധങ്ങൾ എന്നിവ ഉപയോഗിച്ചിരുന്നതായും, കലാപരമായ (ചിത്രരചന, ഉദാഹരണമായി) കഴിവുകൾ പ്രദർശിപ്പിച്ചിരുന്നതായും കാണാം. മാംഗനാസി, ഇരുമ്പിന്റെ ഓക്സൈഡ് എന്നിവയിൽനിന്ന് ചാലിച്ചെടുത്ത നിറങ്ങൾ ഉപയോഗിച്ചാണ് ചിത്രങ്ങൾ ഏറിയ കൂറും വരച്ചിരുന്നത്. മനുഷ്യനെപ്പോലെതന്നെ തികഞ്ഞ സാമൂഹ്യ ജീവികളായിരുന്നു ക്രോമാഗ്നോണുകൾ എന്നുവേണം ഊഹിക്കാൻ. 15,000 വർഷംമുൻപ് അവർ കലണ്ടർ ഉപയോഗിച്ചിരുന്നു എന്നും വിശ്വസിക്കപ്പെടുന്നു. ഏകദേശം 1,30,000 30,000 വർഷം മുമ്പുവരെ മുഖ്യമായും യൂറോപ്പിൽ ജീവിച്ചിരുന്ന നിയാണ്ടർതാൽ മനുഷ്യൻ ആണ് ഇന്നത്തെ മനുഷ്യവർഗവുമായി വളരെ സാമ്യമുള്ള മറ്റൊരു ശാഖ. ക്രോമാഗ്നോണുകളുടേതുപോലെ, വലിയ തലയോട്ടികളുടെ ഉടമകളായിരുന്നു നിയാണ്ടർതാലുകളും. ഉയരം ആധുനികമനുഷ്യരെക്കാൾ താരതമ്യേന കുറവായിരുന്നു (പുരുഷന് 5.5", സ്ത്രീക്ക് 5.1"). ആധുനികമനുഷ്യൻ യൂറോപ്പിലേക്ക് കുടിയേറിയശേഷവും ഏകദേശം 15,000 വർഷത്തോളം എങ്കിലും നിയാണ്ടർതാൽ മനുഷ്യൻ യൂറോപ്പിലുണ്ടായിരുന്നതായി കരുതപ്പെടുന്നു. എന്നാൽ ക്രോമാഗ്നോണുകളാവട്ടെ, നിയാണ്ടർതാലുകളുമായി പലപ്പോഴും ഏറ്റുമുട്ടിയിരുന്നതായി സൂചിപ്പിക്കപ്പെടുന്നു - നിയാണ്ടർതാലുകളുടെ വംശനാശത്തിന് കാരണമായതും ഒരുപക്ഷേ ക്രോമാഗ്നോണുകളാവണമെന്ന നിഗമനത്തിലാണ് ശാസ്ത്രലോകം എത്തിനിൽക്കുന്നത്. നിയാണ്ടർതാലുകൾ ഒരിക്കലും നമ്മുടെ

മുൻഗാമികൾ ആയിരുന്നില്ലെന്ന് അടുത്തകാലത്തു നടന്ന DNA പരീക്ഷണങ്ങൾ സൂചിപ്പിക്കുന്നു. അവർ ഒരുപക്ഷേ നമ്മുടെ അകന്ന 'കസിൻസ്' ആയിരുന്നിരിക്കാം. "രണ്ടു ലക്ഷം വർഷങ്ങളോളം യൂറോപ്പ് അടക്കിവാണശേഷം, ഏതാണ്ട് 30,000 വർഷങ്ങൾക്കുമുൻപ് ഭൂമിയോടു വിടപറഞ്ഞ നമ്മുടെ അകന്ന കസിൻസ്!" പ്രശസ്ത ശാസ്ത്രജ്ഞൻ സ്ട്രിംഗർ അഭിപ്രായപ്പെടുന്നു.

മനുഷ്യൻ ഈ ഭൂവിൽ ജന്മമെടുത്തിട്ട് ഒരു ലക്ഷത്തിനും രണ്ടു ലക്ഷത്തിനുമിടയിൽ വർഷങ്ങളായി കാണണം എന്ന് തെളിവുകൾ സൂചിപ്പിക്കുന്നു. ആഫ്രിക്കയിൽവെച്ചു ജന്മമെടുത്തു എന്നതാണ് പ്രധാനമായൊരു വാദഗതി (റീസന്റ് ആഫ്രിക്കൻ ഒറിജിൻ എന്നപേരിൽ അറിയപ്പെടുന്ന വാദഗതി). ഇതിൽ വലിയൊരു വിഭാഗം ഏകദേശം 60,000 വർഷം മുൻപ് ആഫ്രിക്കവിട്ട്, ഒരു കൂട്ടർ യൂറോപ്പിലേക്കും, മറ്റൊരുകൂട്ടർ ഏഷ്യ, (അലാസ്കാ വഴി) വടക്കെ അമേരിക്ക, തെക്കെ അമേരിക്ക എന്നീ സ്ഥലങ്ങളിലേക്കും കുടിയേറുകയുണ്ടായി. മൂന്നാമതൊരു കൂട്ടർ ഇന്ത്യയുടെ തെക്കെ അറ്റം വഴി, ആസ്ത്രേലിയയിലേക്കും കടന്നു എന്നാണ് വിശ്വാസം. മൈറ്റോകോൺട്രിയൽ ഡി എൻ എ ഉപയോഗിച്ചുള്ള പഠനത്തിലൂടെയാണ് ഇത്തരം ഒരു നിഗമനത്തിൽ എത്തിനിൽക്കുന്നത്. ആഫ്രിക്കയിൽ ഉത്ഭവിച്ച ആദ്യമനുഷ്യന്റെ മറ്റുസ്ഥലങ്ങളിലേക്കുള്ള കുടിയേറ്റം, അതുവരെയുണ്ടായിരുന്ന 'പ്രാചീന മനുഷ്യവർഗങ്ങളുടെ' തിരോധാനത്തിനു കാരണമായി എന്നും കരുതപ്പെടുന്നു. ഹൈബ്രിഡ് ഒറിജിൻ എന്ന നാമധേയത്തിൽ മറ്റൊരു സിദ്ധാന്തംകൂടി മനുഷ്യോൽപ്പത്തിയുമായി ബന്ധപ്പെട്ട് പ്രതിപാദിക്കപ്പെടുന്നു. ഈ സിദ്ധാന്തപ്രകാരം, വ്യത്യസ്ത വിഭാഗങ്ങളിൽപ്പെടുന്ന പ്രാചീന മനുഷ്യൻ (നിയാണ്ടർതാലുകൾ, ക്രോമാഗ്നോണുകൾ, ഹോമോഇറക്റ്റസുകൾ എന്നിവ ഈ വിഭാഗത്തിൽപ്പെടും) ആഫ്രിക്ക, ഏഷ്യ, യൂറോപ്പ് വൻകരകളിലായി വ്യാപിച്ചു കിടക്കുകയും അവർ തമ്മിൽ വർഗവ്യത്യാസമില്ലാതെയുള്ള ഇടപഴകലിലൂടെയും പ്രജനനപ്രക്രിയയിലൂടെയും ആവണം ഇത്രയധികം വൈവിധ്യങ്ങളായ സ്വഭാവങ്ങൾ ഇന്നത്തെ മനുഷ്യൻ ആർജിച്ചത് എന്നും കരുതപ്പെടുന്നു. Hybrid origin എങ്ങനെ സംഭവിച്ചു എന്നതിനെക്കുറിച്ച് സിദ്ധാന്തത്തിന്റെ ഉപജ്ഞാതാക്കൾ ഇപ്രകാരം ഒരു രൂപരേഖ ഉണ്ടാക്കിയിട്ടുണ്ട് (Gooch's Theory).

നിയാണ്ടർതാൽ മനുഷ്യൻ

1. ലക്ഷക്കണക്കിന് വർഷങ്ങൾക്കുണ്ടായ 'വേർപെടൽ' (Isolation) നിമിത്തം ഇന്ത്യാവൻകരയിൽ ക്രോമാഗ്നോൺ ഉണ്ടാവുന്നു - സൂര്യാരാധന, വേട്ടയാടൽ എന്നിവയിൽ പ്രമുഖർ.
2. ഏതാണ്ട് ഇതേ കാലയളവിൽതന്നെ, യൂറോപ്പിലും, മധ്യ പൗരസ്ത്യ പ്രദേശത്തും നിയാണ്ടർതാലുകൾ ഉത്ഭവിക്കുന്നു ചന്ദ്രാരാധനയിൽ പ്രമുഖർ.
3. ഏകദേശം 35,000 വർഷങ്ങൾമുൻപ് ഇന്ത്യവിട്ട ക്രോമാഗ്നോണുകൾ, യൂറോപ്പിലും മധ്യപൗരസ്ത്യദേശത്തും തങ്ങളുടെ ആധിപത്യം ഉറപ്പിക്കുന്നു. നിയാണ്ടർതാൽ മനുഷ്യരിൽനിന്നും ആധിപത്യം പിടിച്ചുവാങ്ങാൻ ഏതാണ്ട് 10,000 വർഷങ്ങൾ വേണ്ടിവന്നു.
4. ഏതാണ്ട് 15,000 വർഷംമുൻപ് ക്രോമാഗ്നോണുകളും ഈ ഭൂമിയോടു വിടപറഞ്ഞപ്രകാരം അവയിൽനിന്നും, മറ്റു മനുഷ്യവർഗങ്ങളിൽ നിന്നും ആഞ്ഞടിച്ച ജനിതകവൈവിധ്യങ്ങളുമായി ഇവിടെ ഇന്നു വസിക്കുന്ന, നാം എല്ലാവരും അടങ്ങുന്ന, 'യഥാർഥ' മനുഷ്യരെ (Homo Sapiens) ഇവിടെ നിലനിർത്തിക്കൊണ്ട്.

മേൽപ്പറഞ്ഞ രണ്ടു വീക്ഷണങ്ങളിൽ ഏതാണ് പൂർണമായും ശരിയെന്ന് കൃത്യമായി നിർണയിക്കാൻ പ്രയാസം. എന്നിരിക്കിലും, DNA പരിശോധനയുടെ അടിസ്ഥാനത്തിൽ, ആദ്യ സിദ്ധാന്തത്തിനാണ് (Recent African origin) മുൻതൂക്കം. എന്നിരിക്കിലും മുൻപറഞ്ഞിട്ടുള്ള എല്ലാത്തരം പ്രാചീനമനുഷ്യരുടെ ചരിത്രവുംകൂടി പരിശോധിച്ചാൽ രണ്ടു സിദ്ധാന്തങ്ങൾക്കും കഴമ്പുള്ളതായി തോന്നാം. ആധുനികമനുഷ്യന്റെ ഏറ്റവും അടുത്തുള്ള മുൻഗാമി ക്രോമാഗ്നോണുകൾ തന്നെയെന്ന് ഏറെക്കുറെ ഉറപ്പിക്കാം. അവ മറ്റു രൂപങ്ങളിൽനിന്ന് (Neanderthal, Homo erectus, Homo habilis എന്നിവയിൽനിന്ന്) ഇണചേരൽവഴി ജീനുകൾ സ്വീകരിച്ചിരുന്നോ എന്ന് വ്യക്തമല്ല. നിയാണ്ടർതാലുകളും ക്രോമാഗ്നോണുകളും ആധുനികമനുഷ്യനും (അഥവാ അതിന്റെ പ്രാചീനരൂപവും) ഒരേ കാലഘട്ടത്തിൽ, ഏതാണ്ട് ഒരേ സ്ഥലത്തുതന്നെ വസിച്ചിരുന്നു എന്നതിന് തെളിവുകളുണ്ടായിരിക്കെ, അത്തരം ഒരു ജീൻ സങ്കലനത്തിനുള്ള സാധ്യതകൾ തള്ളിക്കളഞ്ഞുകൂടാ. അതേസമയം, നിയാണ്ടർതാലുകളും ഹോമോ ഹാബിലിസും ഹോമോ ഇറക്ടസുമെല്ലാം വെവ്വേറെ സമയങ്ങളിൽ സ്വതന്ത്രമായി ഉടലെടുത്തതാവണമെന്നുവേണം അനുമാനിക്കാൻ.

7

ഹോമോ ഇറക്ടസ് (Homo Erectus) - ആധുനിക മനുഷ്യന്റെ മറ്റൊരു മുൻഗാമി

ഹോമോ ഇറക്ടസ്

ആദ്യമായി നേരെ നിവർന്നുനിന്ന മനുഷ്യവർഗം എന്ന ഒരു വിശേഷണം 'ഹോമോ ഇറക്ടസ്' എന്ന നാമധേയത്തിലുണ്ട്. മുഖത്തിന്റെ ആകൃതിയിലും പ്രകൃതത്തിലും ഹോമോ ഇറക്ടസ് മനുഷ്യനോട് വളരെ സാമ്യമുള്ളവതന്നെ എന്നുവേണം കരുതാൻ. ശരാശരി ഉയരത്തിന്റെ കാര്യത്തിലും മനുഷ്യനോടു തുല്യംതന്നെ - ഏകദേശം ആറ് അടിക്കു താഴെവരും. എന്നിരിക്കിലും തലച്ചോറിന്റെ അളവ് മനുഷ്യനെക്കാൾ നന്നെ കുറവ് - ബുദ്ധിവൈഭവം മനുഷ്യന്റെ തന്നെ അത്ര ഇല്ല എന്നുവേണം കരുതാൻ. ഫോസിൽ ചരിത്രം പരിശോധിച്ചപ്പോൾ, ഏകദേശം 20 ലക്ഷം വർഷങ്ങൾക്കുമുൻപ് ആഫ്രിക്കയിലും ഏഷ്യയിലും യൂറോപ്പിലുമായി ഹോമോ ഇറക്ടസ് ജീവിച്ചിരുന്നു എന്നുകാണുന്നു. ആഫ്രിക്കയിൽ ഉടലെടുത്തു എങ്കിലും പിന്നീട് മറ്റ് ഭൂഖണ്ഡങ്ങളിലേക്ക് കുടിയേറുകയായിരുന്നു. ഒരുപക്ഷേ, ആഫ്രിക്കൻ വൻകരവിട്ട് മറ്റൊരിടത്തേക്ക് സഞ്ചരിച്ച മനുഷ്യവർഗത്തിന്റെ ആദ്യത്തെ പ്രതിനിധി. വേട്ടയാടുന്ന

തിനും മറ്റും കല്ലു കൂർപ്പിച്ചെടുത്ത ആയുധങ്ങൾ ധാരാളമായി ഉപയോഗിച്ചിരുന്നു. പിൽക്കാലത്ത് മനുഷ്യൻ ലോഹംകൊണ്ടു നിർമിച്ച ആയുധങ്ങൾപോലെ, രണ്ടു തലയും മൂർച്ചയുള്ള ആയുധങ്ങൾ ഉണ്ടാക്കുന്നതിൽ പ്രത്യേക കരവിരുത് ഹോമോ ഇറക്ടസ് പ്രദർശിപ്പിച്ചിരുന്നു. തികച്ചും വേട്ടയാടി ജീവിക്കുന്ന ഒരു മനുഷ്യവർഗമായിട്ടാണ് ഹോമോ ഇറക്ടസ് കണക്കാക്കപ്പെടുന്നതെങ്കിലും സാമൂഹ്യജീവികൾതന്നെ. ഇന്നുനാം ഉപയോഗിക്കുന്ന അത്ര വളർച്ച പ്രാപിച്ചതല്ലെങ്കിലും പ്രാകൃതരൂപത്തിലുള്ള ഒരുതരം ഭാഷ ഉപയോഗിച്ചിരുന്നു എന്നും വാദഗതിയുണ്ട് - ഇവയുടെ തലച്ചോറിന്റെ ഭാഷയുടെ ആസ്ഥാനമായ 'BROCA'S AREA' വളരെയധികം പ്രബലമായിരിക്കുന്നതായി കണ്ടെത്തിയിട്ടുണ്ട്. കൂടാതെ കടലിൽ യാത്രചെയ്യുന്നതിനുള്ള ചങ്ങാടങ്ങൾ ഇവർ ഉപയോഗിച്ചിരുന്നതായും കരുതുന്നു. ആഫ്രിക്കവിട്ട് ചെങ്കടൽതീരംവരെ ഹോമോ ഇറക്ടസ് എത്തിയിരുന്നത്രെ. തീ പിടിപ്പിക്കുന്നതിനും അവരുടെ ആവശ്യത്തിനായി തീയെ നിയന്ത്രിക്കുന്നതിനും ഇവർക്ക് കഴിവുണ്ടായിരുന്നു. മനുഷ്യന്റെ ഏറ്റവും അടുത്ത മുൻഗാമി അല്ലെങ്കിലും വളരെയധികം വർഷം ജീവിച്ച് ഏകദേശം അഞ്ചുലക്ഷം വർഷംമുൻപ് നാമാവശേഷമാവുകയും ചെയ്ത ഹോമോഇറക്ടസ്, പല സബ്സ്പീഷീസുകളുടെയും ഉറവിടമായിരുന്നു. അവയിൽ ചിലതു താഴെ കൊടുക്കുന്നു.

1. Homoerectus Oekinensis - ബീജിങ് മാൻ-ചൈനയിൽ ജീവിച്ചിരുന്നതായി കരുതപ്പെടുന്നു.
2. Homoerectus Kantianensis - ചൈനയിൽ ജീവിച്ചിരുന്ന മറ്റൊരു വിഭാഗം.
3. Homoerectus Soloensis - ജാവയിൽ ജീവിച്ചിരുന്നു. 5000 വർഷം മുൻപ് വരെ ജീവിച്ചിരുന്നതായി കരുതുന്നു.
4. Homoerectus Palaeojavanicus - ജാവയിലെ ഒരു വർഗം.

ഹോമോ ഇറക്ടസിന്റെ പിൻതുടർച്ചക്കാരായ സബ്സ്പീഷീസുകളിൽ ചിലതെങ്കിലും ആധുനിക മനുഷ്യന്റെ മുൻഗാമികളായേക്കാമെന്ന് വിശ്വസിക്കപ്പെടുന്നു.

ഹോമോ ഹാബിലസ്

ഏകദേശം 22 ലക്ഷം വർഷംമുൻപ് മുതൽ 16 ലക്ഷം വർഷംവരെ ജീവിച്ചിരുന്ന ഒരു മനുഷ്യവർഗം, 1960കളിൽ ആഫ്രിക്കയിലെ ടാൻസാനിയയിലാണ് ആദ്യമായി ഇതിന്റെ അവശിഷ്ടങ്ങൾ കണ്ടെത്തിയത്. ആദിമ മനുഷ്യവർഗത്തിലെ ഏറ്റവും പഴക്കംചെന്ന മുൻഗാമിയായി ഹാബിലിസുകളെ കണക്കാക്കാം. ഇക്കാരണത്താൽതന്നെ, മറ്റു പ്രാചീന മനുഷ്യവർ

ഹോമോ ഹാബിലസ്

ഗങ്ങളുമായി തട്ടിച്ചുനോക്കുമ്പോൾ ഹാബിലിസുകൾ പലതുകൊണ്ടും ആധുനികമനുഷ്യനുമായി വ്യത്യസ്തരാണെന്നു കാണാം. ഹോമോ ഇറക്ടസുകളുടെ മുൻഗാമികളായ ഹോമോ എർഗാസ്റ്ററുകളുടെ (Homo ergaster) മുൻഗാമിയായി ഹാബിലിസുകൾ കണക്കാക്കപ്പെടുന്നു. ഏകദേശം 40 ലക്ഷം വർഷംമുൻപ് ജീവിച്ചിരുന്ന ഒരു ആസ്ട്രാലോപിത്തക്കസുകളിൽനിന്നും പരിണമിച്ചാണ് ഹാബിലിസുകൾ ഉണ്ടായതെന്നും വിശ്വസിക്കുന്നുണ്ട്.

ഹോമോ എർഗാസ്റ്റർ

കിഴക്കെ ആഫ്രിക്കയിലും തെക്കെ ആഫ്രിക്കയിലും 15-20 ലക്ഷം വർഷങ്ങൾക്കുമുൻപ് ജീവിച്ചിരുന്നു. ടാൻസാനിയ, എത്യോപ്യ, കെനിയ എന്നിവിടങ്ങളിൽനിന്ന് ഇവയുടെ ഫോസിലുകൾ കണ്ടെത്തിയിട്ടുണ്ട്. കൈക്കോടാലികളും മറ്റ് ഉപകരണങ്ങളും ഉപയോഗിച്ചിരുന്നതായി തെളിവുകൾ ഉണ്ട്. കൂടാതെ അഗ്നിയുടെ ഉപയോഗം നന്നായിതന്നെ ഉണ്ടായിരുന്നതായി സൂചനയുണ്ട്. ഹോമോ ഇറക്ടസുകളുടെ മുൻഗാമിയായി കണക്കാക്കപ്പെടുന്നു.

ഹോമോ റൊഡേസിയെൻസിസ്

ഒന്നരലക്ഷം വർഷം മുൻപുവരെ (ആറുലക്ഷം വർഷംമുൻപ് മുതൽ) ജീവിച്ചിരുന്ന ഒരു പ്രാചീന മനുഷ്യവർഗം. ആധുനികമനുഷ്യന്റെ മുൻഗാമികളിൽ ഒന്നായി കണക്കാക്കപ്പെടുന്നു.

ഹോമോ ആന്റിസെസ്സർ

ആറുലക്ഷം വർഷംമുൻപ് മുതൽ രണ്ടര ലക്ഷംവർഷംവരെ ജീവിച്ചിരുന്നതായി കരുതപ്പെടുന്നു. നിയാണ്ടർതാലുകളുടെയും, ആധുനിക മനുഷ്യന്റെയും പൊതുവായ ഒരു മുൻഗാമിയായി കണക്കാക്കപ്പെടുന്നു.

ഹോമോ എർഗാസ്റ്റർ

പ്രകൃതി നിർധാരണത്തിലൂടെ സ്പീഷീസുകളുടെ ജനനം

പരിണാമപ്രക്രിയയുടെ അടിസ്ഥാന തത്വം 'സ്വാഭാവിക തെരഞ്ഞെടുക്കൽ' (Natural Selection) എന്നായിരുന്നുവല്ലോ ഡാർവിൻ കണ്ടെത്തിയത്. ഈ വാദഗതി, പക്ഷേ, അന്നത്തെ ശാസ്ത്രജ്ഞർ അടക്കം പലർക്കും സ്വീകാര്യമായിരുന്നില്ല. നാചറൽ സെലക്ഷൻ എന്നത് പരീക്ഷണശാലകളിലൂടെ, അഥവാ ഏതാനും മണിക്കൂറുകളോ മാസങ്ങളോ നീണ്ടുനിൽക്കുന്ന പരീക്ഷണങ്ങളിലൂടെ വ്യക്തമാക്കാൻ പറ്റുന്ന ഒന്നായിരുന്നില്ല. അതുകൊണ്ടുതന്നെ വിമർശകരുടെ വായടപ്പിക്കാൻ ഡാർവിന് കഴിഞ്ഞിരുന്നില്ല. നാചറൽ സെലക്ഷനിലൂടെ വരുന്ന മാറ്റങ്ങൾ എങ്ങനെ ഒരു ജീവിസമൂഹത്തെ ബാധിക്കുന്നു. എങ്ങനെ സ്വഭാവങ്ങൾ അടുത്ത തലമുറയിലേക്ക് പകർത്തപ്പെടുന്നു, എന്നീ കാര്യങ്ങളെക്കുറിച്ച് തൃപ്തികരമായ ഉത്തരം അദ്ദേഹത്തിന്റെ പക്കലുണ്ടായിരുന്നില്ല എന്നതായിരുന്നു ഒരു കാരണം. മറ്റൊന്ന് ജീവികളുടെ സൃഷ്ടിയെക്കുറിച്ച് അന്നുവരെ മതനേതാക്കളും പുരോഹിതരും ജനങ്ങളെ പറഞ്ഞു ധരിപ്പിച്ചിരുന്നതിൽ നിന്നും വളരെ വ്യത്യസ്തമായ ഒരു ആശയമാണല്ലൊ നാചറൽ സെലക്ഷൻ. ഡാർവിന്റെ സിദ്ധാന്തം പ്രബലപ്പെടുന്തോറും തങ്ങളുടെ മേൽക്കോയ്മ, അഥവാ ആധിപത്യത്തിനും സ്ഥാനമാനങ്ങൾക്കും ക്ഷതം സംഭവിക്കുമോ എന്നതായിരുന്നു പ്രശ്നത്തിന്റെ മറ്റൊരു വശം. ഇന്നു നാം കാണുന്ന ജീവജാലങ്ങളെല്ലാം ഒറ്റദിവസത്തെ അഥവാ ഒറ്റനേരത്തെ 'സൃഷ്ടി'യിലൂടെ ഉണ്ടായി എന്നാണല്ലോ മതപുരോഹിതന്മാർ ജനങ്ങളെ വിശ്വസിപ്പിച്ചുപോന്നത്. അങ്ങനെയിരിക്കെ, മുൻപുണ്ടായിരുന്നവയിൽനിന്നും പുതിയ സ്പീഷീസുകൾ ഉടലെടുക്കുന്നു എന്നും ജീവികളുടെ ജന്മത്തിന് 'പരിണാമമാണ് ഏക മാർഗമെന്നുള്ള ഡാർവിനിയൻ സിദ്ധാന്തം അവർക്ക് ഒട്ടുംതന്നെ സ്വീകാര്യമായിരുന്നില്ല. ഇന്നത്തെപ്പോലെ ശാസ്ത്രസാങ്കേതികജ്ഞാനം അന്നുണ്ടായിരുന്നില്ലല്ലോ. പാരമ്പര്യശാസ്ത്രത്തെക്കുറിച്ച് അക്കാലങ്ങളിൽ യൂറോപ്പിന്റെ മറ്റൊരിടത്ത് ഗ്രിഗർമെഡൽ എന്ന ശാസ്ത്രജ്ഞൻ നിതാന്തമായ ഗവേഷണം നടത്തുന്നുണ്ടായിരുന്നുവെങ്കിലും അവയൊന്നും അക്കാലത്ത് വെളിച്ചം കണ്ടിരുന്നുമില്ല. എന്നിരിക്കിലും പാരമ്പര്യശാസ്ത്രത്തെക്കുറിച്ച് ഡാർവിൻ തന്റെ നിരീക്ഷണങ്ങളിലൂടെ ചില അനുമാനങ്ങളിൽ എത്തിയിരുന്നു - തന്റെ അനുമാനങ്ങൾ ക്രോഡീകരിച്ച് അദ്ദേഹം നെയ്തെടുത്ത സിദ്ധാന്തമാണ് പാൻജീൻ സിദ്ധാന്തം (Theory of Pangenesis). ഈ സിദ്ധാന്തപ്രകാരം ജീവികളുടെ ഓരോ കോശത്തിലും അവയുടെ സ്വഭാവത്തെ പ്രതിനിധാനം ചെയ്യുന്ന 'ചെറുതരികൾ' അഥവാ ജമ്മ്യൂളുകൾ ഉണ്ടായിരിക്കും, അത് അടുത്ത തലമുറയിലേക്ക് പകർത്തപ്പെടുകയും ചെയ്യും. കോശങ്ങളിലുള്ള പ്രസ്തുത കണികകളെ അഥവാ 'ചെറുതരികളെ' ഡാർവിൻ 'പാൻജീനുകൾ' എന്നാണ് വിളിച്ചത്. ഏകദേശം നീണ്ട 14 വർഷങ്ങളുടെ നിരന്തരമായ പഠനത്തിന്റെ, ഗവേഷണത്തിന്റെ പരിണതഫലമെന്നോണമാണ് ഡാർവിൻ തന്റെ നിഗമനങ്ങളിൽ എത്തിച്ചേർന്ന

ത്. അങ്ങനെ, 1859 നവംബർ 24-ാം തീയതി ഡാർവിന്റെ വിശ്വവിഖ്യാതമായ *On the origin of species by Natural Selection* എന്ന ഗ്രന്ഥം പ്രകാശനം ചെയ്യപ്പെട്ടു. മതനേതാക്കളെ പെട്ടെന്നങ്ങു പിണക്കേണ്ട എന്ന ഉദ്ദേശ്യത്തിലായിരിക്കണം, അദ്ദേഹം മനുഷ്യന്റെ പരിണാമത്തെക്കുറിച്ച് ഒന്നുംതന്നെ തന്റെ ആദ്യ പുസ്തകത്തിൽ (*Origin of Species*) പ്രതിപാദിച്ചിരുന്നില്ല. കാരണം വളരെ വ്യക്തം. അന്നത്തെ മുതലാളന്മാരായിരുന്ന കുറെ ശാസ്ത്രജ്ഞരും അതിലുപരിയായി മതപുരോഹിതന്മാരും, പരിണാമസിദ്ധാന്തത്തെ നഖശിഖാന്തം എതിർക്കുമെന്ന് ഡാർവിന് അറിയാമായിരുന്നു. എന്തിനേറെ 'ബീഗിളി'ന്റെ ക്യാപ്റ്റൻ ഫിറ്റ് സ്രോയിപോലും 'സ്പെഷ്യൽ ക്രിയേഷന്റെ' വലിയ വക്താവായിരുന്നു. എല്ലാ ജീവജാലങ്ങളും ഒറ്റയടിക്ക് സൃഷ്ടിക്കപ്പെട്ടു എന്നു വാദിക്കുന്ന 'ദൈവസൃഷ്ടി പ്രത്യേക സൃഷ്ടി' സിദ്ധാന്തത്തിൽനിന്നും കടുകിട വ്യതിചലിക്കാൻ അവർ അനുവദിക്കുമായിരുന്നില്ല.

ഡാർവിന് നേരിടേണ്ടിവന്ന സംഘർഷം - ഏൽക്കേണ്ടിവന്ന പീഡനം

മനുഷ്യൻ ഈശ്വരന്റെ ഏറ്റവും പ്രത്യേകമായുള്ള സൃഷ്ടിയാണെന്നും, മറ്റു പക്ഷിമൃഗാദികളെല്ലാം മനുഷ്യനുവേണ്ടി സൃഷ്ടിക്കപ്പെട്ടതാണെന്നുമുള്ള ഒരു മിഥ്യാബോധത്തിൽ അടിയുറച്ചു വിശ്വസിച്ചുപോന്ന വിക്ടോറിയൻ കാലഘട്ടമായിരുന്നല്ലോ അത്. കുരങ്ങുമായൊരു 'രക്തബന്ധം' അവർക്ക് ആലോചിക്കുവാൻ കഴിയുന്നതിനും അപ്പുറമായിരുന്നു. ജീവജാലങ്ങൾ പരിണാമത്തിലൂടെയാണ് ഉണ്ടായത് എന്ന് വാദിച്ച ഡാർവിനെ ഏതുതരത്തിലുള്ള പീഡനങ്ങൾക്കും വിധേയനാക്കുവാൻ അവർ ശ്രമിച്ചിരുന്നു. അദ്ദേഹത്തെ പരസ്യമായി പരിഹസിക്കുവാനും അവർ മടിച്ചില്ല. ഒരിക്കൽ പരിണാമവാദത്തെക്കുറിച്ച് ചൂടുപിടിച്ച ചർച്ച നടക്കുകയായിരുന്നു - ഓക്സ്ഫോർഡിൽവച്ചായിരുന്നു ചർച്ച. British Association for the Advancement of Science എന്ന ശാസ്ത്രസംഘടനയുടെ 1860-ാമാണ്ടിലെ വാർഷികസമ്മേളനമായിരുന്നു വേദി. അന്ന് പരിണാമസിദ്ധാന്തത്തെ എതിർത്തവരിൽ പ്രധാനി ഓക്സ്ഫോർഡിന്റെ ബിഷപ്പ് സൂപ്പിസാം എന്ന ഇരട്ടപ്പേരുള്ള സാമുവൽ വിൽബർഫോഴ്സ് തന്നെ. ചർച്ചയുടെ അവസാനം ബിഷപ്പിന്റെ വക ഒരു ചോദ്യം: "ഡാർവിന്റെ അച്ഛന്റെ മുൻഗാമിയാണോ അതോ അമ്മയുടെ മുൻഗാമിയാണോ കുരങ്ങൻ?" സദസിലാകെ പൊട്ടിച്ചിരിയും ഡാർവിനെതിരെയുള്ള പരിഹാസവാക്കുകളും. പരിണാമവാദത്തെ പിന്താങ്ങിയവർക്ക് മൗനവും മ്ലാനതയും. അപ്പോഴായിരുന്നു അന്നത്തെ പ്രശസ്തനായ പ്രൊഫസർ ഹക്സ്ലി ഡാർവിന്റെ രക്ഷയ്ക്കെത്തിയത്. ബിഷപ്പ് വിൽബർഫോഴ്സിന്റെ ഓരോ വാദഗതിയെയും ഹക്സിലിക്ക് ഫലപ്രദമായി തന്നെ ഖണ്ഡിക്കുവാൻ സാധിച്ചു എന്നുമാത്രമല്ല, ഹക്സിലി തന്റെ പ്രസംഗം അവസാനിപ്പിച്ചത് ഇങ്ങനെയായിരുന്നു. "ഒരു കുരങ്ങിന്റെ

മുൻഗാമിയിൽനിന്നാണ് നമ്മുടെ മുതുമുത്തച്ഛന്മാർ പരിണമിച്ചുണ്ടായത് എന്നുപറയുന്നതിൽ നാം അൽപ്പംപോലും ലജ്ജിക്കേണ്ടതില്ല. നീതി ബോധം തൊട്ടുതീണ്ടിയിട്ടില്ലാത്ത, ക്രൂരനായ ഈ വിൽബർഫോഴ്സിന്റെ പിൻഗാമിയാവേണ്ടിവരുന്നതിലും എത്രയോ ഭേദം!" ഡാർവിന്റെ അനുകൂലികൾക്ക് വളരെ ആശ്വാസംപകരുന്നതായിരുന്നു എങ്കിലും പ്രൊഫസർ ഹക്സിലിയുടെ പ്രസംഗം സദസിനെ ഇളക്കിമറിച്ചു എന്നു പറയാം. ഡാർവിന്റെ അനുകൂലികളും (അതിലേറെയും ചെറുപ്പക്കാരും വിദ്യാർഥികളുമായിരുന്നു) പ്രതികൂലികളും (ഡാർവിനെ എതിർക്കുവാൻ പുരോഹിതരുടെ ഒരു വൃന്ദംതന്നെ അവിടെ സന്നിഹിതരായിരുന്നു) തമ്മിലുള്ള വാഗ്വാദം ഒരു ഏറ്റുമുട്ടലിന്റെ വക്കോളമെത്തി. പ്രൊഫസർ ഹക്സിലിയുടെ പ്രസംഗം അവിടെ കൂടിയിരുന്നവർക്ക് പരിണാമവാദത്തിന്റെ യാഥാർഥ്യത്തെ ശരിക്കും ബോധ്യമാക്കിക്കൊടുക്കുംവണ്ണമായിരുന്നു. മാത്രമല്ല പരിണാമവാദത്തിന് അത് വ്യക്തമായ വിജയം നേടിക്കൊടുക്കുകയും ചെയ്തു.

ഡാർവിനെ പിന്തുണച്ചതിന് പ്രൊഫസർ ഹക്സിലിക്കു ലഭിച്ച ശിക്ഷ - ഡാർവിന്റെ 'ബുൾഡോഗ്' എന്ന ഇരട്ടപ്പേര്. ഡാർവിന്റെ പരിണാമവാദത്തിനുള്ള എതിർപ്പുകൾ ചില്ലറയായിരുന്നില്ല- എതിർപ്പുകൾ പ്രധാനമായും രണ്ടുതരത്തിലായിരുന്നു എന്നു കണക്കാക്കാം. ഒന്ന് മതാധ്യക്ഷനിൽനിന്ന്, രണ്ട് ശാസ്ത്രജ്ഞന്മാരിൽനിന്ന് - രണ്ടും വളരെ ശക്തരായവർ തന്നെ. കൂടാതെ അന്നത്തെ മധ്യവർഗ കുടുംബങ്ങളിൽ നിന്നും എതിർപ്പുകൾ നേരിടേണ്ടിവന്നു, അദ്ദേഹത്തിന്. വിക്ടോറിയൻ യുഗത്തിൽ മധ്യവർഗക്കാരായിരുന്നു ഏറ്റവും യാഥാസ്ഥിതികർ. ഭംഗിയുള്ള എന്തും മനുഷ്യരൂപത്തിന്റെ (പ്രത്യേകിച്ച് സ്ത്രീ രൂപത്തിന്റെ) പ്രതിഫലനമായി കണ്ടിരുന്ന അവർ, കാട്ടിലലഞ്ഞുതിരിഞ്ഞു നടക്കുന്ന അഥവാ മരംകേറി നടക്കുന്ന 'വൃത്തികെട്ട' ജന്തു (കുരങ്ങൻ)വുമായി തങ്ങൾക്ക് ഏതെങ്കിലും തരത്തിലുള്ള സാമ്യമോ (രക്ത) ബന്ധമോ ഉണ്ടെന്ന് വിശ്വസിക്കാൻ ഒരിക്കലും കൂട്ടാക്കിയിരുന്നില്ല. സ്പീഷീസുകളുടെ ഉൽപ്പത്തി (Origin of Species) യെക്കുറിച്ച് ഉള്ള തന്റെ പുസ്തകത്തിൽ പരിണാമപ്രക്രിയയുടെ സാർവത്രികതയെക്കുറിച്ച് ഡാർവിൻ പ്രതിപാദിച്ചിരുന്നു - മനുഷ്യനും പരിണാമപ്രക്രിയയ്ക്ക് അപവാദം അല്ലെന്ന് സാരം. അങ്ങനെയാണെങ്കിൽ ഇന്നത്തെ മനുഷ്യൻ ഉണ്ടാകുന്നതിനു മുൻപ് മനുഷ്യനോടു സാദൃശ്യമുള്ള ഒരു ജീവി അഥവാ (ജീവികൾ) ഉണ്ടായിരുന്നു എന്നത് വ്യക്തമാണല്ലോ. ഇത്തരം മാറ്റങ്ങൾ (അഥവാ പരിണാമം) വേദപുസ്തകത്തിൽ പറഞ്ഞിരിക്കുന്ന (മനുഷ്യ) സൃഷ്ടിസങ്കൽപ്പത്തിൽനിന്നും വളരെ വ്യത്യസ്തമാണല്ലോ. വേദപുസ്തകങ്ങളിൽ പറഞ്ഞിരിക്കുന്നതിൽനിന്നും വ്യത്യസ്തത എന്നതിന്റെ അർഥം വേദപുസ്തകം തെറ്റാണെന്നല്ലേ? പുരോഹിതരെ സംബന്ധിച്ചിടത്തോളം യാതൊരുതരത്തിലും അനുവദിക്കാൻ പറ്റാത്ത ഒന്നായിരുന്നു അത്തരം ഒരു ചിന്ത. ശാസ്ത്രജ്ഞരാവട്ടെ, ഡാർവിനെ എതിർ

ത്തത് പല കോണുകളിൽക്കൂടി ആയിരുന്നു. ചിലർ അദ്ദേഹത്തിന്റെ പഠനരീതിയെ വിമർശിച്ചു. മറ്റു ചിലർ എതിർത്തതാവട്ടെ, പരിണാമ പ്രക്രിയയ്ക്കായി ഡാർവിൻ നിർദേശിച്ച സമയത്തിന്റെ തോതിനെ യായിരുന്നു.

ഏകദേശം നാലായിരം മുതൽ അയ്യായിരംവരെ മാത്രമേ ഭൂമിക്കു പഴക്കമുള്ളു എന്നു ചിന്തിച്ചിരുന്നവർ സാധാരണക്കാരുടെ ഇടയിൽ ധാരാളം ഉണ്ടായിരുന്നു. ഡാർവിൻ നിർദേശിച്ച സമയദൈർഘ്യം 30 കോടി വർഷത്തിന്റേതായിരുന്നു. അത്ര നീണ്ടയൊരു കാലയളവിനെ ക്കുറിച്ച് സാധാരണക്കാർക്കെന്നല്ല ശാസ്ത്രജ്ഞർക്കുപോലും ചിന്തി ക്കുക വിഷമം. പിന്നെ മൂന്നാമതൊരു കൂട്ടർ ഒരുപറ്റം ചോദ്യങ്ങളുമായാണ് ഡാർവിനെ പ്രതിക്കൂട്ടിൽ കയറ്റിയത്. ആ ചോദ്യങ്ങളിൽ ഏറ്റവും പ്രധാ നം പാരമ്പര്യത്തെക്കുറിച്ചുള്ളതായിരുന്നു. വ്യത്യസ്തത പുലർത്തുന്ന അഥവാ വൈവിധ്യമാർന്ന സ്വഭാവങ്ങളിൽ ചിലത് അനുകൂലമാവുകയും ചിലത് പ്രതികൂലമാവുകയും ചെയ്യുമെന്നും അനുകൂലസ്വഭാവങ്ങൾ ഉള്ള ജീവികൾ 'ജീവിത മത്സരത്തിൽ' വിജയിക്കുമെന്നും അല്ലാതുള്ളവ (പ്രതികൂല സ്വഭാവങ്ങൾ) പരാജയപ്പെടുമെന്നും ആണല്ലോ ഡാർവീനി യൻ തത്വം. ഇത്തരം സ്വഭാവങ്ങളുടെ അടിസ്ഥാനകാരണം എന്ത് അഥവാ ഇവയുടെ പാരമ്പര്യശാസ്ത്രമെന്ത്? ഡാർവിനെ കുഴക്കിയ ചോദ്യമാണിത്. പരിണമിച്ചാണ് ഇന്നത്തെ എല്ലാ ജീവികളും ഉണ്ടായ തെങ്കിൽ ഇതിന് മുൻപ് ഉണ്ടായിരുന്ന ജീവികളുടെ രൂപം എന്തായിരുന്നു? മത്സ്യത്തിൽനിന്ന് പരിണമിച്ചാണ് ഉഭയജീവികൾ ഉണ്ടായതെങ്കിൽ, അവ പരിണമിച്ചാണ് ഉരഗങ്ങളും, പിന്നെ പക്ഷികളും ഉണ്ടായതെങ്കിൽ ഇവയെ തമ്മിൽ ഇണക്കുന്ന 'കണ്ണികൾ' ഉണ്ടാവണമല്ലോ. അത്തരം കണ്ണികൾ എവിടെ? ഡാർവിൻ തന്റെ സഹപ്രവർത്തകനായ ഒരു ശാസ്ത്രജ്ഞന് (ചാൾസ് ലൈൽ എന്നാണദ്ദേഹത്തിന്റെ പേര്) ഒരിക്കലിപ്രകാരം എഴുതി: "നമ്മുടെ പൂർവികർ പണ്ടുപണ്ടു ജീവിച്ചിരുന്നവർ-ജലത്തിലൂടെ ശ്വസി ച്ചിരുന്നവരും ചലിച്ചിരുന്നവരും വാലുപയോഗിച്ച് സഞ്ചരിച്ചിരുന്നവരും ആയിരുന്നു. വളരെ നേർമയുള്ള തലയോട്ടിയുടെ ഉടമകളായിരുന്നു അവർ." ഉൽക്കടമായ ഒരു ദീർഘൈകദൃക്കിന് മാത്രമേ ഇത്തരം കാര്യങ്ങ ളെക്കുറിച്ച് പ്രവചിക്കാനാകുമായിരുന്നുള്ളൂ. ഒരു പ്രവചന സ്വഭാവം ഉള്ള തായിരുന്നു അദ്ദേഹത്തിന്റെ ഇത്തരം കണ്ടെത്തലുകൾ. ആയതിനാൽ പ്രത്യക്ഷമായ തെളിവുകൾ നിരത്താൻ അദ്ദേഹത്തിന് കഴിഞ്ഞിരുന്നില്ല. തെളിവുകൾക്കുവേണ്ടി ആറ്റുനോറ്റിരിക്കുമ്പോൾ ആണ്, ഏകദേശം 15 കോടി വർഷങ്ങൾക്കുമുൻപ് ജീവിച്ചിരുന്ന, പക്ഷിയോട് സാമ്യമുള്ള ഒരു ജീവിയുടെ തൂവൽ, തെളിവിന്റെ രൂപത്തിൽ പ്രത്യക്ഷപ്പെട്ടത്. 1860 ൽ ജർമനിയിൽനിന്നായിരുന്നു അത് ലഭിച്ചത് (ഡാർവിൻ പരിണാമത്തെ ക്കുറിച്ചുള്ള തന്റെ ആദ്യ പുസ്തകം പുറത്തിറക്കിയത് 1859 ൽ ആണ ല്ലോ). തൊട്ടടുത്ത വർഷം (1861ൽ) ജർമനിയിൽ നിന്നുതന്നെ മറ്റൊരു ഫോസിൽകൂടി (അസ്ഥിയുടെ രൂപത്തിൽ) കണ്ടുകിട്ടി - ലണ്ടൻ സ്പെ

ആർക്കിയോപ്റ്ററിക്സ്

സിമൻ എന്ന് അതിന് പേർ നൽകപ്പെട്ടു. പക്ഷിയോട് വളരെ സാമ്യം തോന്നിക്കുമെങ്കിലും - തൂവലുകൾ, പക്ഷിയുടേതിനു തുല്യമായ കൊക്ക് എന്നിവ ഉണ്ടായിരുന്നു - ഉരഗത്തിന്റെ സ്വഭാവവും ആ ജീവി പ്രദർശിപ്പിച്ചിരുന്നു - ഉരഗവർഗത്തിന്റേതുപോലെ പല്ലുകൾ, വാല് എന്നീ സ്വഭാവങ്ങൾ. പക്ഷിയുടെയും ഉരഗവർഗത്തിന്റെയും മധ്യേയുള്ള ഒരു രൂപമായി ഈ ജീവിയെ കണക്കാക്കാം. പുരാതനമായ പക്ഷി എന്നർഥംവരുന്ന ആർക്കിയോപ്റ്ററിക്സ് എന്നാണ് ഈ ജന്തുവിനെ വിളിച്ചത്. 1861 നുശേഷം യൂറോപ്പിൽനിന്നായി പതിനൊന്നോളം വിവിധതരം ആർക്കിയോപ്റ്ററിക്കുകളുടെ ഫോസിലുകൾ കണ്ടെടുക്കപ്പെട്ടിട്ടുണ്ട്. ആർക്കിയോപ്റ്ററിക്സിന്റെ കണ്ടെത്തൽ ഡാർവീനിയൻ തത്വങ്ങൾക്ക് വലിയൊരളവിൽ ഉണർവേകി എന്നുപറയാം. ഏകദേശം പത്തുവർഷംകൊണ്ട് (1870 ആകുമ്പോഴേക്ക് - ഒട്ടുമുക്കാൽ ബ്രിട്ടീഷ് ജീവശാസ്ത്രജ്ഞരും പരിണാമവാദത്തിന്റെ വക്താക്കളായി മാറി. അതോടൊപ്പംതന്നെ അമേരിക്കയിലും ജപ്പാനിലും, യൂറോപ്പിലെ മിക്കരാജ്യങ്ങളിലും ഡാർവീനിയൻ സിദ്ധാന്തം നന്നെ വേരൂന്നിക്കഴിഞ്ഞു.

ആർക്കിയോപ്റ്ററിക്സ് അടുത്തകാലത്ത് കൂടുതൽ പഠനവിധേയമാക്കിയിട്ടുണ്ട്. അമേരിക്കയിലെ ടെക്സാസ് യൂണിവേഴ്സിറ്റിയിൽ (2004 ൽ) കമ്പ്യൂട്ടർ സഹായത്തോടെ നടന്ന പഠനം ഈ ജന്തുവിനെക്കുറിച്ച് നമുക്ക് കൂടുതൽ വിവരങ്ങൾ നൽകുന്നതായിരുന്നു. വളരെ സൂക്ഷ്മമായി നിരീക്ഷിക്കുവാൻ പറ്റിയ കണ്ണുകളും അതിനുകണക്കെതന്നെ രൂപം പ്രാപിച്ച തലച്ചോറും ഈ 'ഡയനസോർ പക്ഷിക്ക്' പറക്കുന്നതിന് സഹായകമായിരുന്നു എന്ന് പഠനം സൂചിപ്പിക്കുന്നു.

ഡാർവീനിയൻ സിദ്ധാന്തം; മനുഷ്യോൽപ്പത്തിയെക്കുറിച്ച്

ജീവജാലങ്ങൾ പ്രകൃതിദത്തവും സ്വാഭാവികവുമായ മാർഗങ്ങളിലൂടെ (നാച്വറൽ സെലക്ഷൻ പ്രക്രിയയിലൂടെ) പരിണമിച്ചുണ്ടാവുന്നു എന്നു പറയുമ്പോൾ തന്നെ മനുഷ്യോൽപ്പത്തിയെക്കുറിച്ചും വ്യംഗ്യമായ ഒരു സൂചന അതിൽ ഉൾപ്പെട്ടിരുന്നു എന്നിരിക്കിലും, അന്നത്തെ സാമൂഹ്യവും സാമുദായികവുമായ കാലാവസ്ഥ പരിഗണിച്ചപ്പോൾ, മനുഷ്യോൽപ്പത്തിയെക്കുറിച്ചുള്ള യാഥാർഥ്യം തുറന്നടിക്കുന്നത് വളരെ ആപൽക്കരമായിരിക്കുമെന്ന് ഡാർവിന് തോന്നി. അതുകൊണ്ടുതന്നെയാണ്

തന്റെ *ഒറിജിൻ ഓഫ് സ്പീഷീസ്* എന്ന പുസ്തകത്തിൽ മനുഷ്യോൽപ്പത്തിയെക്കുറിച്ചുള്ള വ്യക്തമായ സൂചനകൾ നൽകാതെ വ്യംഗ്യമായി മാത്രം സൂചിപ്പിച്ച് അദ്ദേഹം തൃപ്തനായത്. 1870കൾ ആയപ്പോഴേക്ക് ഡാർവീനിയൻ സിദ്ധാന്തത്തെ പിന്തുണയ്ക്കുന്നവരുടെ - ശാസ്ത്രജ്ഞരുടെ അടക്കം - എണ്ണം ഗണ്യമായി വർധിച്ചു എന്നു സൂചിപ്പിച്ചുവല്ലോ. മനുഷ്യോൽപ്പത്തിയെക്കുറിച്ചുള്ള തന്റെ വ്യംഗ്യമായ സൂചന (*ഒറിജിൻ ഓഫ് സ്പീഷീസ്* എന്ന പുസ്തകത്തിൽ) തുറന്നു പറയുവാനുള്ള ധൈര്യം സംഭരിക്കുകയായിരുന്നു അദ്ദേഹം. അങ്ങനെ 1871 ൽ മനുഷ്യോൽപ്പത്തിയെക്കുറിച്ച് വ്യക്തമായി പ്രതിപാദിക്കുന്ന *The Descent of Man* എന്ന പുസ്തകം അദ്ദേഹം പ്രസിദ്ധീകരിച്ചു. മനുഷ്യവർഗവും കുരങ്ങുവർഗങ്ങളും തമ്മിൽ ബന്ധിപ്പിക്കുന്ന കണ്ണികളെക്കുറിച്ചും അദ്ദേഹം വ്യക്തമായി പ്രതിപാദിക്കുകയുണ്ടായി. ഇവ തമ്മിലുള്ള സമാനതകൾ ഏറെ. ഭ്രൂണദശമുതൽ ഇങ്ങ് വാർധക്യദശവരെയുള്ള കാലഘട്ടങ്ങൾ നിരീക്ഷിച്ചാൽ എന്തെല്ലാം സമാനതകൾ! ആകാരത്തിലും വികാരവിക്ഷോപങ്ങളുടെ പ്രകടനത്തിലായാലും ബുദ്ധിവൈഭവത്തിന്റെ കാര്യത്തിലായാലും വളരെയേറെ സമാനതകൾ ഉണ്ടല്ലോ. വികാരപ്രകടനത്തിൽ മനുഷ്യനും കുരങ്ങുവർഗങ്ങളും തമ്മിലുള്ള സമാനതകളെക്കുറിച്ച് ഡാർവിൻ പിന്നീട് പഠനം നടത്തുകയുണ്ടായി. അങ്ങനെ വരുമ്പോൾ ഇതുവരെ വിശ്വസിച്ചുപോന്ന കഥകൾ കാറ്റിൽ പറത്തേണ്ടിവരില്ലേ എന്നതായിരുന്നു യാഥാസ്ഥിതികരുടെ ചോദ്യം (അത് അവർക്ക് ഒരിക്കലും സ്വീകാര്യമായിരുന്നില്ല താനും). പക്ഷേ, ഒരിക്കൽപ്പോലും കുരങ്ങനിൽ നിന്നും നേരിട്ടു പരിണമിച്ചുണ്ടായതാണ് മനുഷ്യൻ എന്ന് ഡാർവിൻ ധരിച്ചിരുന്നില്ല. മറിച്ച് മനുഷ്യന്റെയും ചിമ്പാൻസി അടക്കമുള്ള കുരങ്ങുവർഗങ്ങളുടെയും പാരമ്പര്യം പിറകോട്ടു പരിശോധിച്ചാൽ ഈ രണ്ടു വർഗങ്ങൾക്കും പൊതുവായി മുൻഗാമി ഉണ്ടായിരുന്നതായി കാണാൻ കഴിയുമെന്ന് ഡാർവിൻ വിശ്വസിച്ചു. 1868 ൽ 'ക്രോമാഗ്നോൺ' പാറയിൽ നിന്ന് കണ്ടെത്തിയ ഫോസിൽ ഡാർവിന്റെ പ്രസ്തുത നിഗമനത്തെ പിന്തുണയ്ക്കുന്നതാണെങ്കിലും കൂടുതൽ തെളിവുകൾ (അഥവാ അറ്റുപോയ കണ്ണികൾ) നിരത്താൻ അദ്ദേഹത്തിനു കഴിഞ്ഞിരുന്നില്ല. ഹോമോ ഇറക്ടസിനെക്കുറിച്ചും, നിയാണ്ടർതാൽ മനുഷ്യരെക്കുറിച്ചും മറ്റുമുള്ള വിവരങ്ങൾ ഡാർവിന്റെ കാലശേഷം മാത്രമാണല്ലോ നമുക്ക് ലഭ്യമായത്. ഡാർവിൻ ജീവിച്ചിരുന്ന കാലത്ത് അദ്ദേഹം നേരിടേണ്ടിവന്ന എതിർപ്പുകൾ എന്തുതന്നെയായാലും, കാലം മുന്നോട്ടു പോകുന്തോറും അദ്ദേഹം ഉന്നയിച്ച പരിണാമവാദത്തിന് അനുകൂലമായി അനുദിനം എന്നോണം തെളിവുകൾ പ്രവഹിച്ചുകൊണ്ടിരിക്കുന്നു എന്നതാണ് യാഥാർഥ്യം.

പരിണാമവാദം ഡാർവിന്റെ കാലശേഷം

തന്റെ അവസാന നാളുകളിൽപ്പോലും ഡാർവിൻ അറിവിന്റേതായ പുതിയ പുതിയ മേഖലകൾ തേടുന്നതിൽ ശ്രദ്ധ കേന്ദ്രീകരിക്കുകയായി

രുന്നു. മണ്ണിരയുടെ ചലനത്തെക്കുറിച്ചുള്ള പഠനങ്ങളിൽ അദ്ദേഹം വ്യാപൃതനായിരുന്നതായി കാണാം. പരിണാമവാദത്തിന്റേതായ കോളിളക്കങ്ങൾ ഒട്ടൊന്നടങ്ങി, ശാന്തമായ ഒരു ജീവിതം നയിക്കുന്നതിനിടയിലാണ് 1881 ൽ അദ്ദേഹത്തിന് ആദ്യത്തെ ഹൃദയാഘാതം ഉണ്ടായത്. അതിൽനിന്ന് രക്ഷപ്രാപിച്ചെങ്കിലും അടുത്തവർഷം തുടരെ ഉണ്ടായ രണ്ടു ഹൃദയാഘാതങ്ങൾ ആ മഹാശയന്റെ ജീവൻ കവർന്നെടുക്കുകയായിരുന്നു. 1882 ഏപ്രിൽ 19 ന് 73-ാമത്തെ വയസിൽ അദ്ദേഹം ചരമമടഞ്ഞു.

ഡാർവിന്റെ കാലശേഷം ഏതാണ്ട് 50 വർഷത്തോളം പരിണാമസിദ്ധാന്തത്തെക്കുറിച്ച് കാര്യമായ കണ്ടെത്തലുകൾ ഒന്നും ഉണ്ടായില്ല. ഡാർവീനിയൻ സിദ്ധാന്തത്തിന്, ആൽഫ്രഡ്‌ലസൽ വാലസ്, ജീലിയൻ ഹക്സിലി, ആഗസ്റ്റ്‌വീസ്മാൻ എന്നീ പ്രഗത്ഭരിൽനിന്നും ലഭിച്ച പിന്തുണ ഇവിടെ വിസ്മരിക്കുന്നില്ല. ഡാർവിന്റെ പരിണാമവാദം അതിന്റെ 'മരണക്കിടക്കയിലായോ' എന്നുപോലും സംശയം പ്രകടിപ്പിച്ചവർ ഉണ്ടായിരുന്നു (ജർമൻകാരനായ ഡെന്നെർട്ട്, 1904) പത്തൊമ്പതാം നൂറ്റാണ്ടിന്റെ അവസാനദശകത്തിലും 20-ാം നൂറ്റാണ്ടിന്റെ ആരംഭത്തിലുമായി മെൻഡലിയൻ തത്വങ്ങൾക്കു ലഭിച്ച അംഗീകാരവും അതിനെ തുടർന്നുള്ള പരീക്ഷണങ്ങളും കൂടാതെ മറ്റു ശാസ്ത്രശാഖകളുടെ (വിശിഷ്യാ രസതന്ത്രത്തിന്റെയും, ബയോ കെമിസ്ട്രിയുടെയും) വളർച്ചയും ഡാർവീനിയൻ പരിണാമവാദത്തിന്റെ പ്രസക്തി കൂടുതൽ മികവുറ്റതാക്കി. മെന്റേലിയൻ തത്വങ്ങളുടെ അംഗീകാരത്തോടെ ശാസ്ത്രത്തിന് കിട്ടിയ മറ്റൊരു മികച്ച സംഭാവനയത്രെ പോപ്പുലേഷൻ ജനറ്റിക്സ് അഥവാ ജന (സംഖ്യാ) ജനിതകം. ആദ്യകാലങ്ങളിൽ മെന്റേലിയൻ തത്വങ്ങളും ഡാർവീനിയൻ തത്വങ്ങളും വളരെയകലെയാണെന്ന് വിശ്വസിച്ച ശാസ്ത്രജ്ഞരും കുറവായിരുന്നില്ല. എങ്കിലും ഇങ്ങനെയൊരു വിവാദം അധികനാൾ നീണ്ടു നിന്നില്ല. ഈ കാലഘട്ടത്തിലാണ് (1890 കളിൽ) ഹ്യൂഗോ ഡിവ്റിസ് (Hugo De Vris) എന്ന ഡച്ച് ശാസ്ത്രജ്ഞൻ തന്റെ പരീക്ഷണങ്ങളിലൂടെ മ്യൂട്ടേഷൻ തിയറി എന്നൊരു സിദ്ധാന്തം ആവിഷ്കരിച്ചത്.

8

ഡാർവീനിയൻതത്വം പുതു വെളിച്ചത്തിൽ അഥവാ പുതു ഡാർവിനിസം (Neo-Darvinism)

ജോർജ് റൊമനസ്

ഡാർവീനിയൻ സിദ്ധാന്തത്തിൽ അടിയുറച്ചു വിശ്വസിച്ച ഒരു പറ്റം ശാസ്ത്രജ്ഞർ, പ്രസ്തുത തത്വത്തിന്റെ മെച്ചപ്പെട്ട വിശദീകരണത്തിനായി പ്രവർത്തിച്ചിരുന്നു. സ്വാഭാവിക തെരഞ്ഞെടുക്കൽ (Natural selection) മാത്രമാണ് പരിണാമത്തിന്റെ യഥാർഥ ഹേതു എന്നടിയുറച്ചു വിശ്വസിച്ചിരുന്നവരിൽ ആഗസ്റ്റ് വീസ് മാസ്മാൻ (1834-1914), ആൽഫ്രഡ് റസൽ വാലസ് (1823-1913), ജോർജ് റൊമനസ് (1848-1894) എന്നിവരായിരുന്നു പ്രധാനികൾ. റൊമാനസ് ആണ് നിയോഡാർവിനിസം എന്നപദം ആദ്യമായി ഉപയോഗിച്ചത്. ആശ്ചര്യമെന്നുപറയട്ടെ, ഡാർവീനിയൻ തത്വത്തോട് അങ്ങേയറ്റം കൂറു പുലർത്തുന്നതോടൊപ്പം ഈ നിയോ ഡാർവിനീയന്മാർ ലാമാർക്കിയൻ തത്വത്തെ അങ്ങേയറ്റം എതിർത്തിരുന്നു. അതതുകാലങ്ങളിൽ ഉരുത്തിരിഞ്ഞുവരുന്ന ശാസ്ത്രതത്വങ്ങൾ സമന്വയിപ്പിച്ചുകൊണ്ട് ഡാർവീനിയൻ തത്വങ്ങൾക്ക് മെച്ചപ്പെട്ട വിശദീകരണം നൽകുക എന്നതായിരുന്നു ഇവരുടെ ഉദ്യമം.

ഇരുപതാംനൂറ്റാണ്ടിന്റെ തുടക്കം ആയപ്പോഴേക്ക്, മെൻഡലിയൻ തത്വങ്ങളുടെ 'കണ്ടെത്തൽ' സംഭവിക്കുകയും അതോടൊപ്പംതന്നെ 'മ്യൂട്ടേഷൻ' എന്ന പ്രക്രിയ വിശദീകരിക്കപ്പെടുകയുമുണ്ടായി. അവിടന്ന

ങ്ങോട്ട് പല ശാസ്ത്രജ്ഞരും ഒത്തുചേർന്നപ്പോൾ (ജൗലിയൻ ഹക്സ്‌ലി, ഫിഷർ, ഡൊബ്ഷാൻസ്കി, J B S ഹാൾഡേൻ, സിവാൾറൈറ്റ്, ഗേലോർഡ് ഡിപ്സൻ എന്നിവർ) പല ശാസ്ത്രശാഖകളും ഉരുത്തിരിഞ്ഞുവരികയും ചെയ്തു. ഇന്ന് വളരെ പ്രചാരത്തിലിരിക്കുന്ന അതേസമയം പ്രസക്തമായ 'Population genetics', ഇപ്രകാരം ഉയർന്നുവന്ന ഒരു ശാസ്ത്രശാഖയത്രെ.

ജീവികളിൽ പുതിയതായി ഉണ്ടാവുന്ന തലമുറകളിൽ, 'പൊടുന്നനെ' ചില മാറ്റങ്ങൾ സംഭവിക്കുമെന്നും ഈ മാറ്റങ്ങൾ അനന്തര തലമുറകളിലേക്ക് പകർത്തപ്പെടുമെന്നും ഹ്യൂഗോ ഡിവ്റിസ് വാദിച്ചു. 'പൊടുന്നനെ' ഉണ്ടാവുന്ന ഇത്തരം മാറ്റങ്ങളെ അദ്ദേഹം 'മ്യൂട്ടേഷൻ' എന്നു വിളിച്ചു. നാലുമണി ചെടികളിൽ നടത്തിയ പരീക്ഷണങ്ങളിലൂടെ പുതിയ സ്പീഷീസുകൾ മ്യൂട്ടേഷനിലൂടെ ജന്മമെടുക്കുന്ന പ്രക്രിയയെക്കുറിച്ച് വിലപ്പെട്ട വസ്തുതകൾ അദ്ദേഹം ശാസ്ത്രലോകത്തിന് കാട്ടിക്കൊടുത്തു. പരിണാമത്തിന് നിദാനം പൊടുന്നനെ ഉണ്ടാവുന്ന ഇത്തരം മ്യൂട്ടേഷൻമാത്രമാണെന്ന ഒരു വാദഗതി ഇതോടെ ഉടലെടുത്തു. ഈ പഠനങ്ങളിൽ എല്ലാംതന്നെ ഗ്രിഗർ മെൻഡലിന്റെ (ആരാലും ശ്രദ്ധിക്കപ്പെടാതിരുന്ന) ഗവേഷണഫലങ്ങളെയാണ് ഡിവ്റിസ് ആശ്രയിച്ചിരുന്നത്. (മെൻഡലിന്റെ ഗവേഷണഫലങ്ങളെ താൻ ആശ്രയിച്ചിരുന്നു എന്ന വസ്തുത ഡിവ്റിസ് ആദ്യം മറച്ചുവെച്ചെങ്കിലും അന്നത്തെ ശാസ്ത്രജ്ഞരുടെ, വിശിഷ്യാ കാൾ കോറൻ, എറിക് ഷെർമാർക്ക് എന്നിവരുടെ നിർബന്ധപ്രകാരം ആ 'വലിയ' വസ്തുത ഡിവ്റിസിന് അംഗീകരിക്കേണ്ടിവന്നു എന്ന് ചില ലേഖനങ്ങൾ സൂചിപ്പിക്കുന്നു. (കോൾ കോറിൻ – ഷെർമാർക്ക് ആണ് മെൻഡലിയൻ സിദ്ധാന്തത്തിന്റെ പ്രസക്തി ലോകത്തിനു പറഞ്ഞുകൊടുത്തതെന്ന് സാരം) ഈ കാലഘട്ടത്തിലാണ് (1910 ൽ) ടി എച്ച് മോർഗൻ എന്ന ശാസ്ത്രജ്ഞൻ ഡ്രോസോഫില എന്ന 'പഴ ഈച്ചയിൽ', പതിവിനു വിപരീതമായി, വെള്ളക്കണ്ണുള്ള ആൺ ഈച്ചയെ കണ്ടെത്തിയത്. സാധാരണയായി ഇത്തരം ഈച്ചകൾ ചുവന്നകണ്ണുകളുടെ ഉടമയാണല്ലൊ. സ്വാഭാവികമായും ആദ്യമായി കണ്ടെത്തിയ ഈ 'വെള്ളക്കണ്ണൻ ആൺഈച്ച' വളരെയധികം ആശ്ചര്യം ജനിപ്പിച്ചു. മോർഗനും കൂട്ടരും ഈ വെള്ളക്കണ്ണൻ ഈച്ചയെ ഉപയോഗിച്ച് പല പഠനങ്ങളും നടത്തി. വെള്ളക്കണ്ണന്മാർ എങ്ങനെയുണ്ടായി – മ്യൂട്ടേഷൻ തന്നെ. പരിണാമത്തിന്റെ ഒരേയൊരു സ്രോതസ് മ്യൂട്ടേഷൻ തന്നെയാണെന്നുള്ള വാദഗതിക്ക് ഈ കണ്ടെത്തൽ ആക്കംകൂട്ടി. 'വെള്ളക്കണ്ണ്' അനന്തരതലമുറയിലേക്ക് പകരുമോ എന്നാണ് അവർ ആദ്യം ശ്രദ്ധിച്ചത്. അടുത്ത തലമുറയിലേക്ക് ഈ സവിശേഷത പകർന്നുകൊടുക്കപ്പെടുമെന്നും ആൺ ഈച്ചകൾക്കാണ് വെള്ളക്കണ്ണു ലഭിക്കുന്നതിൽ 'മുൻഗണന' എന്നും അവർ കണ്ടെത്തി. പെൺ ഈച്ചകളിൽ (ആൺ ഈച്ചകളെക്കാൾ) താരതമ്യേന വളരെ അപൂർവമായി മാത്രമേ വെള്ളക്കണ്ണുകൾ പ്രത്യക്ഷപ്പെടുകയുള്ളൂ എന്നും ഈ പഠനം തെളിയിക്കുകയുണ്ടായി.

പ്രത്യേകമായി ചില സ്വഭാവങ്ങളെങ്കിലും (വെള്ളക്കണ്ണുകൾ ഉദാഹരണത്തിന്) ആൺ പെൺ ലിംഗവുമായി ബന്ധപ്പെട്ടുകിടക്കുന്നു (Sex-linked inheritance) എന്ന വസ്തുത ആദ്യമായി മനസിലാക്കിയ പരീക്ഷണങ്ങളായിരുന്നു അവ. ഡ്രോസോഫില ഈച്ചയിൽ കണ്ടുവരുന്ന കണ്ണിന്റെ വർണഭേദം മ്യൂട്ടേഷൻകൊണ്ട് ഉണ്ടാവുന്നതാണെന്നും ആയതിനാൽ അത് അനന്തര തലമുറകളിലേക്ക് പകർന്നുകൊടുക്കപ്പെടുമെന്നും ഒന്നുകൂടി ഊട്ടിയുറപ്പിക്കുന്നതിന് മോർഗന്റെയും കൂട്ടരുടെയും പഠനങ്ങൾക്ക് കഴിഞ്ഞു. കൂടാതെ, ആർജിതസ്വഭാവങ്ങൾ എങ്ങനെ പരമ്പരാഗതമായി തീരുന്നു (ആർജിതസ്വഭാവങ്ങളും അവയുടെ പാരമ്പര്യവുമായിരുന്നല്ലോ ലാമാർക്കിയൻ സിദ്ധാന്തത്തിന്റെ കാതൽ) എന്നുള്ള ചോദ്യത്തിന് മറുപടികൂടി മോർഗന്റെ ഈ പഠനത്തിലുണ്ടായിരുന്നു.

മ്യൂട്ടേഷനും നാചുറൽ സെലക്ഷനും എങ്ങനെ പരിണാമത്തെ സഹായിക്കുന്നു

ലാമാർക്ക്, ഡാർവിൻ, മെൻഡൽ, ഡിവ്റിസ് എന്നിവരുടെ സിദ്ധാന്തങ്ങൾ ഒത്തുനോക്കുന്നത് ഇത്തരുണത്തിൽ പ്രസക്തമാണെന്ന് തോന്നുന്നു.

ലാമാർക്ക്

1. പരിസരത്തിലുണ്ടാവുന്ന മാറ്റം - ഇതു സൃഷ്ടിക്കുന്ന സമ്മർദം ചില്ലറയല്ല - ജീവികൾ അവരവരുടെ സ്വഭാവത്തിൽ പുതിയ മാറ്റങ്ങൾ ഉൾക്കൊള്ളിക്കുവാൻ പ്രേരിതരാവുന്നു.
2. പുതിയ സ്വഭാവങ്ങൾ (അതു ചിലപ്പോൾ അവയവങ്ങളുടെ രൂപത്തിലാവാം.) ആർജിക്കപ്പെടുന്നു.
3. പുതിയ ആർജിതസ്വഭാവങ്ങൾ (എങ്ങനെയോ) അടുത്ത തലമുറയിലേക്ക് പകർത്തപ്പെടുന്നു.
4. കൂടുതൽ കൂടുതൽ സ്വഭാവങ്ങൾ ആർജിക്കുകവഴി പുതിയ തലമുറകൾ അവരുടെ മാതൃതലമുറകളെക്കാൾ വ്യത്യസ്തരായിത്തീരുന്നതിനാൽ പുതിയ സ്പീഷീസായി പരിണമിക്കുന്നു.

ഡാർവീനിയൻ സിദ്ധാന്തം

1. സ്വാഭാവികമായും ജീവികളുടെ ഇടയിൽ ഉണ്ടാകുന്ന വ്യത്യസ്തത- ഇവയിൽ ജീവികൾക്ക് സഹായകമാകുന്നതും സഹായകമാകാത്തതും ഉണ്ടാവാം.
2. സഹായകമാകുന്ന ഗുണങ്ങൾ (Advantageous variation) സംരക്ഷിക്കപ്പെടുകയും സഹായകമല്ലാത്തവ നശിച്ചുപോവുകയും ചെയ്യുന്നു (Natural Selection) - വരുംതലമുറകളിൽ 'സഹായകമാകുന്ന' ഗുണങ്ങൾ കൂടുതൽ ഉണ്ടാകുമെന്നു സാരം.

3. ഇങ്ങനെ വരുമ്പോൾ പുതിയ തലമുറയിലുള്ള ജീവികൾ മുൻതല മുറയിലുള്ളവരെക്കാൾ തികച്ചും വ്യത്യസ്തരായി തീരുകയും അവ പുതിയ സ്പീഷീസ് ആയി പരിണമിക്കുകയും ചെയ്യുന്നു.

ജനിതകശാസ്ത്രത്തിന്റെയും മോളിക്കുലാർ ബയോളജിയുടെയും വെളിച്ചത്തിൽ പരിണാമസിദ്ധാന്തത്തെ എങ്ങനെ വിലയിരുത്താം

വ്യത്യസ്തതയുടെയും മാറ്റങ്ങളുടെയും അടിസ്ഥാനപരമായ ഒരു ഉറവിടം പൊടുന്നനെ ഉണ്ടാവുന്ന മ്യൂട്ടേഷൻ ആണ് (ഹ്യൂഗോ ഡിവ്റിസ് സിദ്ധാന്തം) ജീനിന്റെ ഘടനയിൽ ഉണ്ടാവുന്ന ഈ മാറ്റം സ്ത്രീ പുരുഷ ബീജങ്ങളിലൂടെ അടുത്ത തലമുറകളിലേക്ക് പകർത്തപ്പെടുവാൻ സാധ്യത ഏറെ. മ്യൂട്ടേഷൻകൊണ്ടുണ്ടാകുന്ന മാറ്റം (അഥവാ വ്യത്യസ്തത) ഗുണമുള്ളതാണെങ്കിൽ അവ സംരക്ഷിക്കപ്പെടുന്നു. ദോഷമുള്ളതെങ്കിൽ അതിന്റെ ഉടമ നശിച്ചുപോകുന്നു. (ഡാർവീനിയൻ സിദ്ധാന്തം-നാചറൽ സെലക്ഷൻ) ചുവന്ന രക്താണുക്കളിൽ മ്യൂട്ടേഷൻ മൂലമുണ്ടാകുന്ന ഒരു വ്യതിയാനം ഇവിടെ ഉദാഹരണമായി എടുക്കാം. ചുവന്ന രക്താണുക്കൾക്ക് ചുവന്നനിറം കൊടുക്കുന്ന 'ഹീമോഗ്ലോബിന്റെ' ഉൽപ്പാദനത്തിന് പൊതുവായ ജീനിന് മ്യൂട്ടേഷൻമൂലമുണ്ടാകുന്ന വ്യതിയാനം സിക്കിൾസെൽ രോഗത്തിന് കാരണമാവുന്നു. ഈ രോഗം ബാധിച്ചവരുടെ രക്തത്തിന് പ്രാണവായു വേണ്ടുന്നത്ര സമാഹരിക്കുവാൻ കഴിയാതെപോവുന്നു. ആയതിനാൽ മറ്റുരോഗങ്ങൾ എളുപ്പത്തിൽ പിടിപെടുന്നതിന് കാരണമാവുന്നു. ഹീമോഗ്ലോബിൻ ജീനിന്റെ ഒരു കണ്ണി മാറിപ്പോയതാണ് ഇങ്ങനെയൊരു പ്രതിഭാസത്തിനു നിദാനം. അഡിനിൻ എന്ന തന്മാത്രയ്ക്കുപകരം തയ്മീൻ തന്മാത്ര സ്ഥാനം പിടിച്ചപ്പോൾ ഗ്ലൂറ്റാമിക് ആസിഡ് എന്ന അമിനോ അമ്ലത്തിനുപകരം വാലിൻ എന്ന അമിനോ അമ്ലമായിപ്പോയി (പ്രോട്ടീന്റെ സ്വഭാവംതന്നെ മാറിപ്പോയില്ലെ)-ജീനിൽ ഒരൊറ്റ അച്ചടിപ്പിശകുകൊണ്ട് സംഭവിച്ചമാറ്റം എത്രയെന്നാലോചിച്ചുനോക്കുക (ഒറ്റക്കണ്ണി മാറിയപ്പോഴുണ്ടായ ഇത്തരം മ്യൂട്ടേഷനെ പോയിന്റ് മ്യൂട്ടേഷൻ എന്ന് വിളിക്കപ്പെടുന്നു). സിക്കിൾസെൽ രോഗികൾ 50 വയസിന് അപ്പുറം ജീവിച്ചിരിക്കുവാനുള്ള സാധ്യതയും കുറവ്. രണ്ടു തരത്തിലുള്ള സമൂഹത്തെ സൃഷ്ടിക്കുവാൻ പ്രസ്തുത മ്യൂട്ടേഷന് കഴിഞ്ഞിരിക്കുന്നു. ഒന്ന് താരതമ്യേന ശക്തികുറഞ്ഞ വിഭാഗവും (സിക്കിൾ സെൽ രോഗികൾ) മറ്റേത് സാധാരണരീതിയിലുള്ള ചുവന്ന രക്താണുക്കൾ ഉള്ളതും. തികച്ചും സാധാരണ സാഹചര്യത്തിൽ സിക്കിൾസെൽ ജീനുകൾ ഉള്ള മനുഷ്യർ കുറഞ്ഞ കാലമേ ജീവിച്ചിരുന്നുള്ളൂ എന്നതിനാൽ, മ്യൂട്ടന്റ് ജീൻവാഹികളായവർ പ്രകൃതിയുടെ തെരഞ്ഞെടുക്കൽ പ്രക്രിയയിൽ വലിയൊരു അളവുവരെ തള്ളപ്പെട്ടുപോകുന്നു. മറ്റൊരു സാഹചര്യത്തെക്കുറിച്ചുകൂടി നമുക്ക് അനുമാനിക്കാം: മലേറിയ എന്ന രോഗത്തെക്കുറിച്ച് നമുക്ക് അറിവുള്ളതാണല്ലോ. കൊതുകുകളാണ് ഈ

മാരകരോഗം പകർത്തുന്നതെങ്കിലും പ്ലസ്മോടിയം എന്ന ഏകകോശ ജീവിയാണ് (Protozoa) ഇതിന്റെ ഹേതു. മനുഷ്യന്റെ ചുവന്ന രക്താണു ക്കളെയാണ് മുഖ്യമായും പ്ലാസ്മോഡിയം ആക്രമിക്കുക. സിക്കിൾസെൽ രോഗികളുടെ രക്താണുക്കളെ അവയുടെ പ്രത്യേകമായ ആകൃതിമൂലം പ്ലാസ്മോടിയത്തിന് ആക്രമിക്കുക അത്ര എളുപ്പമല്ല. ആയതിനാൽ മലേ റിയ വളരെ വ്യാപകമായ ഒരു സാഹചര്യം ആണ്. ദീർഘകാലത്തേക്ക് നിലനിൽക്കുന്നതെങ്കിൽ ഇങ്ങനെ ഒരവസ്ഥ തികച്ചും സാങ്കൽപ്പികം മാത്രം. പ്രകൃതി സ്വാഭാവികമായും സിക്കിൾസെൽ രോഗികളെയാവും 'സംരക്ഷിക്കുക' അങ്ങനെ വരുമ്പോൾ മനുഷ്യവംശത്തിന്റെ പരിണാമം ആ ദിശയിലേക്ക് ആയിരിക്കാം. മനുഷ്യന്റെ പരിണാമദിശയിൽ സംഭവിച്ച മറ്റൊരു മ്യൂട്ടേഷനെക്കുറിച്ച്: ലാക്ടോസ് എന്നത് പാലിലെ ഒരു 'ഷുഗർ' ആണല്ലൊ. ലാക്ടോസ് ദഹിക്കാതെ വരുന്ന ഒരവസ്ഥ ഇന്ന് ചിലരിലെങ്കി ലും കാണാം. ലാക്ടോസ് ഫ്ളോറിസൻ എന്ന ദഹനരസമാണ് ലാക് ടോസ് ദഹനം സാധ്യമാക്കിയിരുന്നത്. ഈ ദഹനരസം വേണ്ടതോതിൽ ഉൽപ്പാദിപ്പിക്കപ്പെടാതെ വരുമ്പോഴാണ് ലാക്ടോസ് 'അസഹനീയം' ആയി തീരുന്നത് (മനംപിരട്ടൽ, ദഹനക്കേട്, ഗ്യാസ്ട്രബിൾ എന്നിവയാണ് ഈ അസുഖത്തിന്റെ ലക്ഷണങ്ങൾ). 2002 ൽ അമേരിക്കയിലെ കാലി ഫോർണിയ യൂണിവേഴ്സിറ്റിയിൽ നടന്ന പഠനം നമുക്കേവർക്കും താൽ പ്പര്യം ജനിപ്പിക്കുന്ന ഒരു വസ്തുത പുറത്തുകൊണ്ടുവന്നു - ആദിമമനു ഷ്യന് ലാക്ടോസ് അസഹനീയമായിരുന്നു എന്നതാണ് ആ വസ്തുത. പിൽക്കാലത്ത് മ്യൂട്ടേഷൻ സംഭവിച്ചപ്പോഴാണ് ലാക്ടോസിനെ ദഹിപ്പി ക്കുന്ന ലാക്ടെയ്സ് ഫ്ളോറിസിൻ ഉൽപ്പാദിപ്പിക്കുവാനുള്ള കഴിവ് ആർജിച്ചതെന്ന് ഹ്യൂമൻ ജനറ്റിക്സ് വിദഗ്ധനായ ഡോ. ലിന പെൽടോ നൻ കണ്ടെത്തിയിരിക്കുന്നു. മ്യൂട്ടേഷൻമൂലം മനുഷ്യസമൂഹത്തിനാകെ ഗുണകരമായ ഒരുമാറ്റം സംഭവിച്ചു എന്നുപറയാം. മേൽപ്പറഞ്ഞ ഉദാഹര ണങ്ങളിൽ എല്ലാം മ്യൂട്ടേഷനും നാചറൽ സെലക്ഷനുംചേർന്ന് പരിണാ മത്തെ സഹായിക്കുന്നതായി കാണാം. മ്യൂട്ടേഷൻമൂലം വംശനാശത്തിലേ ക്കു തന്നെ വഴുതിവീണുകൊണ്ടിരിക്കുന്ന ജീവികളുടെ ഉദാഹരണങ്ങളു മുണ്ട്. ലാബ്രഡോർ വിഭാഗത്തിൽപ്പെടുന്ന നായ്ക്കളിൽ ഒരു വിഭാഗം, മ്യൂട്ടേഷൻമൂലം വംശനാശഭീഷണി തന്നെ നേരിടുന്നു എന്നുവേണം കരു താൻ. ഇത്തരം നായ്ക്കളിൽ പുറംകാലിന്റെ മാംസപേശികളെ നിയന്ത്രി ക്കുന്ന ഡയിനാമിൻ-1 (അഥവാ DNA-1) എന്ന ജീനിൽ വ്യതിയാനം (മ്യൂട്ടേഷൻ) സംഭവിച്ചതായി കണ്ടു. 1990ലാണ് ഇത്തരമൊരു മാറ്റത്തെ ക്കുറിച്ച് ആദ്യമായി ശാസ്ത്രജ്ഞർ കണ്ടെത്തിയത്. ജീൻ വ്യതിയാനം സംഭവിച്ച നായ്ക്കൾക്ക് അധികദൂരം ഓടാൻ കഴിയാത്ത ഒരവസ്ഥ - ഏകദേശം 15 മിനിട്ടു മാത്രം ഓടിയാൽ മതി, ഇവകൾ തളർന്നു വീഴാൻ. പിൻകാലുകളിലെ മാംസപേശികൾ വളരെ ദുർബലമാവുന്നതിനാലാണ് ഇത്തരം തളർച്ച. ചിലത് നിന്നനിൽപ്പിൽ തന്നെ പിടഞ്ഞുവീണു മരിക്കു കയും ചെയ്യുന്നു. തൊണ്ണൂറ്റി ആറോളം നായ്ക്കളുടെ ജീൻപഠനം

നടത്തിയതിൽ അറുപതോളം നായ്ക്കൾ ഈ മ്യൂട്ടന്റ് ജീനിന്റെ വാഹകരത്രെ. വളർത്തുനായ്ക്കളല്ലെങ്കിൽ (വളർത്തുനായ്ക്കളാവുമ്പോൾ ഉടമസ്ഥന്റെ ശ്രദ്ധയുണ്ടാവുമല്ലൊ) ഈ നായവർഗത്തിന്റെ കാര്യം കഷ്ടംതന്നെ. ഇരതേടുന്നതിന് കഴിയാതെ വരുന്നു (കുറെനേരം ഓടിക്കഴിയുമ്പോൾ, മ്യൂട്ടന്റായ DNA-1 ജീനിന്റെ പ്രവർത്തനം നിൽക്കുകയും പേശികളെ നിയന്ത്രിക്കുന്ന നാഡികൾ തളരുകയും ചെയ്യുന്നു). തന്മൂലം ക്രമേണ വംശനാശത്തിലേക്ക് വഴുതിവീഴുന്നതിന് കാരണമാവുന്നു. 'വംശനാശം സംഭവിക്കുന്നത് എന്തുകൊണ്ട്? — ഡാർവിനോട് ആവർത്തിച്ചു ചോദിക്കപ്പെട്ട ഒരു ചോദ്യമാണ്. മ്യൂട്ടേഷന്റെ സാധ്യതകളെക്കുറിച്ച് വളരെയൊന്നും അറിയാതിരുന്ന അക്കാലത്ത്, വംശനാശത്തെ പൂർണമായും നിർവചിക്കാൻ ഡാർവിന് കഴിഞ്ഞിരുന്നില്ല. മ്യൂട്ടേഷനെക്കുറിച്ച് അറിവായതോടെ, വളരെ കൃത്യതയോടെ, വംശനാശപ്രക്രിയയെക്കുറിച്ചും തദ്വാര പരിണാമത്തെക്കുറിച്ചും വ്യക്തമായ വിശദീകരണം (തെളിവുകൾ സഹിതം) കൊടുക്കുവാൻ ഇന്നു നമുക്കു സാധിക്കും.

വളർത്തുമൃഗങ്ങളിലെ മ്യൂട്ടേഷൻ, മനുഷ്യൻ ഇടപെട്ടിട്ടുള്ള സെലക്ഷൻ

കന്നുകാലികളിൽ അടുത്തിടെ (1997) കാണപ്പെട്ട ഒരുതരം മ്യൂട്ടേഷൻ, ശാസ്ത്രജ്ഞരുടെ മാത്രമല്ല, മാംസം ഉൽപ്പാദകരുടെ (Live Stock) യും ശ്രദ്ധ ആകർഷിക്കുകയുണ്ടായി. മ്യൂട്ടേഷൻമൂലം മാംസപേശികളുടെ ഗുണനിലവാരത്തിൽ വന്ന ഒരു മാറ്റമാണ് ഇവിടെ ശ്രദ്ധേയമായത്. പിഡ്മോൻട്ടസ് എന്ന ഒരുതരം കന്നുകാലിവർഗത്തിൽ മാംസപേശികളുടെ വളർച്ചയെ നിയന്ത്രിക്കുന്ന Myostatingene ലാണ് മ്യൂട്ടേഷൻ ശ്രദ്ധിക്കപ്പെട്ടത്. മ്യൂട്ടേഷൻ സംഭവിച്ച കന്നുകാലികൾ അവയുടെ മാംസപേശികളിൽ, കൂടുതൽ മാംസ്യം അടങ്ങിയിരിക്കുന്നതായും (കൊഴുപ്പ് നന്നെ കുറയും), കൂടുതൽ ബലമുള്ളതായും കണ്ടെത്തി - സിസ്റ്റീൻ എന്ന അമിനോ അമ്ലത്തിനുപകരം ടൈറോസിൻ വന്നതാണ് പ്രസ്തുത മാറ്റത്തിനു കാരണം. മാംസപേശികളുടെ ഗുണം മെച്ചപ്പെട്ടുവെന്നതിനാൽ, മ്യൂട്ടേഷൻ സംഭവിച്ച കന്നുകാലികൾക്ക് ഏറെ പ്രിയം അനുഭവപ്പെടുന്നു. ഇറച്ചിയുടെ ഗുണനിലവാരം മ്യൂട്ടേഷൻകൊണ്ട് മെച്ചപ്പെടുമെന്നതിനാൽ മനുഷ്യനുംകൂടി ഗുണകരമായ മാറ്റമാണ് മ്യൂട്ടേഷൻമൂലം ഇവിടെ സംഭവിച്ചിരിക്കുന്നത്. അതുകൊണ്ടുതന്നെ നാച്വറൽ സെലക്ഷൻ എന്ന പ്രക്രിയയ്ക്ക് പകരമായി മനുഷ്യന്റെ ഇടപെടൽമൂലമുള്ള ഒരു 'സെലക്ഷൻ' ഇവിടെ നടക്കുന്നു. ആധുനികലോകത്ത് പരിണാമത്തെ സ്വാധീനിക്കുന്ന ഒരു വലിയ ഘടകമാണ് മനുഷ്യന്റെ ഇടപെടൽകൊണ്ടുള്ള സെലക്ഷൻ എന്ന് എടുത്ത് പറയേണ്ടിയിരിക്കുന്നു.

വ്യത്യസ്തങ്ങളായ സിദ്ധാന്തങ്ങൾ ഒന്ന് സ്ഫുടം ചെയ്തെടുത്താൽ പരിണാമപ്രക്രിയയെക്കുറിച്ച് ഏകദേശം വ്യക്തമായ ഒരു ധാരണ നമുക്ക് ലഭിക്കുന്നതാണ്. ഡാർവീനിയൻ - ലാമാർക്കിയൻ - മെൻഡേലിയൻ -

ഹ്യൂഗോ ഡിവ്റിസ് എന്നിവരുടെ കണ്ടെത്തലുകളും പ്രവചനങ്ങളും ആണ് ഇവിടെ മുൻപന്തിയിൽ കാണുക.

DNA തന്മാത്രകളെക്കുറിച്ചുള്ള പഠനം ഇപ്പോൾ കൃത്രിമമായ DNA ഉൽപ്പാദനത്തിൽ വന്നുനിൽക്കുന്നു. മൂത്രാശയരോഗത്തിനു ഹേതുവായ ബാക്ടീരിയയെ അടുത്തകാലത്ത് ലബോറട്ടറിയിൽ കൃത്രിമമായി സൃഷ്ടിക്കുകയുണ്ടായി. വരുംകാലങ്ങളിൽ കൂടുതൽ വലിപ്പമുള്ള ജീവികളെ അവയുടെ ജീനുകളിലൂടെ 'സൃഷ്ടിക്കാൻ' തയാറെടുത്തിരിക്കുകയാണ് ശാസ്ത്രജ്ഞർ. മോളിക്യുലർ ബയോളജിയുടെ പഠനത്തിലൂടെ അടുത്തടുത്ത സ്പീഷീസുകളിൽ വന്നിട്ടുള്ള വ്യതിയാനങ്ങൾ എത്രയെന്നുമാത്രമല്ല, ഇത്തരം വ്യതിയാനങ്ങൾ എത്ര (ആയിരമോ ലക്ഷമോ കോടിയോ) വർഷങ്ങൾക്കുമുൻപ് സംഭവിച്ചു എന്നുവരെ വ്യക്തമായി പറയുവാൻ നമുക്ക് കഴിയുമെന്ന് വന്നിരിക്കുന്നു. എന്നിരിക്കിലും, ജീവികളുടെ പരിണാമദശയിലുള്ള 'കണ്ണികൾ' ഇനിയും ലഭിക്കുന്നപക്ഷം, പരിണാമപ്രക്രിയയെക്കുറിച്ച് കുറച്ചുകൂടി വ്യക്തമായ ഒരു ചിത്രം നമ്മുടെ മുന്നിലെത്തും. അടിക്കടി ലഭിച്ചുകൊണ്ടിരിക്കുന്ന 'ഫോസിലുകൾ' നമുക്ക് ഇക്കാര്യത്തിൽ വലിയ പ്രതീക്ഷ ഉളവാക്കുന്നുമുണ്ടുതാനും.

9 789382 808190

Printed by Libri Plureos GmbH in Hamburg, Germany